रेफ्रिजरेशन अँड एअर कंडिशन टेक्निशियन RACT प्रथम वर्ष मराठी MCQ

मनोज डोळे

डिजिटायझेशन ही काळाची गरज आहे. भविष्यात, प्रशिक्षण अधिक सोयीस्कर आणि सोपे करण्यासाठी औद्योगिक प्रशिक्षण संस्थांमध्ये ऑनलाइन इंटरनेट वापरून प्रशिक्षण घेणे आवश्यक आहे. MCQ प्रश्नांचा संच असलेली ई-पुस्तके प्रशिक्षणार्थींना उपलब्ध करून दिली जातील कारण त्यांना त्यांच्या औद्योगिक प्रशिक्षण संस्थांमध्ये होणाऱ्या ऑनलाइन परीक्षांच्या तयारीसाठी MCQ प्रश्नांची अधिक सवय होणे आवश्यक आहे.

या सर्व बाबी लक्षात घेऊन श्री.मनोज मधुकर डोळे प्रशिक्षक, औद्योगिक प्रशिक्षण संस्था, सातारा यांनी नवीन वार्षिक प्रणाली आणि NSQF-5 अभ्यासक्रमानुसार पुस्तके लिहिली आहेत. आणि त्यांनी प्रशिक्षण सुलभ करण्यासाठी सैद्धांतिक मोबाइल ॲप्स आणि ब्लॉग तयार केले आहेत आणि हे सर्व शैक्षणिक साहित्य जगप्रसिद्ध Google Play Store, Amazon आणि Apple Book Store वर डाउनलोड करण्यासाठी उपलब्ध केले आहे.

पुस्तकांचे प्रकाशन माननीय सहसंचालक श्री राजेंद्र घुमे साहेब प्रादेशिक व्यावसायिक शिक्षण व प्रशिक्षण कार्यालय, पुणे यांच्या हस्ते दिनांक 9/1/2019 रोजी करण्यात आले, यावेळी श्री प्रकाश सायगावकर साहेब प्राचार्य शासकीय औद्योगिक प्रशिक्षण संस्था औंध पुणे, श्री तुकाराम मिसाळ साहेब प्राचार्य डॉ. सरकार प्र.संस्था सातारा, श्री सचिन धुमाळ साहेब जिल्हा व्यवसाय शिक्षण व प्रशिक्षण अधिकारी सातारा, श्री यतीन पारगावकर साहेब मुख्याध्यापक गो. प्र.संस्था कोल्हापूर, श्री विकास टेके साहेब निरीक्षक व्यावसायिक शिक्षण व प्रशिक्षण क्षेत्रीय कार्यालय पुणे, पालेकर फूड्स प्रॉडक्ट्स प्रा. लि.चे सातारा येथील उद्योजक अध्यक्ष श्री.नीळकंठराव पालेकर साहेब, हिरा फूड्स चे चेअरमन श्री.इब्राहिम बाबा तांबोळी साहेब, सौ.शाल्मली पवार मुख्याध्यापिका शासकीय तंत्रनिकेतन केंद्र सातारा व इतर मान्यवर यावेळी उपस्थित होते.

अनुक्रमणिका

नांदी, प्रस्तावना vii

ऋणनिर्देश, पावती ix

1. रेफ्रिजरेशन अँड एअर कंडिशन टेक्निशियन Ract प्रथम वर्ष मराठी Mcq Drawing 1
2. रेफ्रिजरेशन अँड एअर कंडिशन टेक्निशियन Ract प्रथम वर्ष मराठी Mcq 27

नांदी, प्रस्तावना

21 व्या शतकातील औद्योगिक क्षेत्रातील वेगाने वाढणाऱ्या मागणीच्या अनुषंगाने बहु-कुशल कारागीरांचा पुरवठा करण्यासाठी व्यवसाय शिक्षण आणि व्यवसाय प्रॅक्टिकल विभागामार्फत व्यावसायिक शिक्षण आणि प्रशिक्षण विभागामार्फत व्यावसायिक शिक्षण आणि प्रशिक्षण दिले जाते. संस्थांमधील सर्व व्यवसाय महत्त्वाचे आहेत, कारण या व्यवसायांतील प्रशिक्षणार्थी उद्योगाच्या मागणीनुसार बहु-कौशल्ये विकसित करतात.

औद्योगिक क्षेत्रातील सर्व उद्योगांमधील सर्व परीक्षा ऑनलाइन घेतल्या जातात आणि त्यामध्ये MCQ पद्धतीच्या प्रश्नांचा समावेश होतो हे लक्षात घेऊन सर्व व्यवसायांसाठी योग्य MCQ ई-पुस्तके उपलब्ध करून देण्याच्या उदात्त हेतूने. श्री.मनोज मधुकर डोळे यांनी नवीन वार्षिक अभ्यासक्रमानुसार MCQ पद्धतीवर खूप चांगले ई-बुक लिहिले आहे. हे ई-बुक सर्व प्रशिक्षणार्थी, प्रशिक्षणार्थी उमेदवार, प्रशिक्षण प्रशिक्षक आणि संबंधित इतरांसाठी निश्चितच मार्गदर्शक ठरेल.

पुस्तकाचे लेखक श्री.मनोज मधुकर डोळे आहेत, इन्स्ट्रक्टर गव्हर्नमेंट ITI सातारा यांना 17 वर्षांचा प्रशिक्षणाचा अनुभव आहे. नवीन वार्षिक पॅटर्न म्हणून लिहिलेल्या, या ई-बुकमध्ये प्रत्येक विषयासाठी मांडणी, सोपी भाषा आणि सोपी वाक्यरचना, आकृती आणि व्हिडिओ समजून घेण्यासाठी आधुनिक डिजिटल QR कोड तंत्रज्ञान समाविष्ट केले आहे. त्यामुळे सखोल अभ्यास आणि परीक्षेच्या सरावासाठी हे ई-बुक नक्कीच उपयोगी पडेल याची मला खात्री आहे. त्यांनी केलेले काम नक्कीच कौतुकास्पद आहे.

श्री तुकाराम मिसाळ

प्राचार्य शासकीय औद्योगिक प्रशिक्षण संस्था सातारा.

ऋणनिर्देश, पावती

DGET नवी दिल्ली आणि CSTARI कोलकाता ऑगस्ट 2018 च्या सत्रापासून ITI मधील सर्व व्यवसायांसाठी वार्षिक पॅटर्न लागू करत आहेत. परीक्षा पद्धतीतही बदल करण्यात येणार असून या वर्षीपासून ती ऑनलाइन होणार असून सर्व प्रश्न वस्तुनिष्ठ स्वरूपाचे (MCQ) असल्याने प्रशिक्षणार्थींना सखोल अभ्यासाची नितांत गरज आहे. हे लक्षात घेऊन जुन्या NIMI पॅटर्नवर आधारित पुस्तके आणि नवीन वार्षिक पॅटर्नचे संपूर्ण विहंगावलोकन सादर करताना आम्हाला आनंद होत आहे आणि आम्हाला आशा आहे की ही पुस्तके सर्व व्यवसाय संचालक आणि प्रशिक्षणार्थींसाठी मार्गदर्शक ठरतील. आहे.

ही पुस्तके लिहिल्याबद्दल जोहर आवटे साहेब, ITI अकलूजचे प्राचार्य. ITI सातारा चे माजी प्राचार्य सायगावकर साहेब, सहाय्यक संचालक श्री चंद्रकांत ढेकणे साहेब व्यवसाय शिक्षण व प्रशिक्षण प्रादेशिक कार्यालय, पुणे, जिल्हा व्यवसाय शिक्षण व प्रशिक्षण अधिकारी सचिन धुमाळ साहेब व मुख्याध्यापिका शासकीय तंत्रनिकेतन केंद्र शाल्मली पवार मॅडम व मुलगा अधिराज डोळे, आई कुसुम डोळे. , माझे वडील मधुकर डोळे आणि पत्नी अश्विनी डोळे यांनी वेळोवेळी केलेल्या विशेष मार्गदर्शन व सहकार्याबद्दल मी त्यांचा मनःपूर्वक आभारी आहे.

तसेच अतिशय कमी कालावधीत पुस्तक प्रकाशित करण्यात अमूल्य वेळ दिल्याबद्दल श्री राजेंद्र घुमे साहेब, सहसंचालक, व्यवसाय शिक्षण व प्रशिक्षण प्रादेशिक कार्यालय, पुणे यांनी पुस्तकाचे पुनरावलोकन केले. त्यांच्या अभिप्रायाबद्दल मी मनापासून आभारी आहे.

पुस्तक लिहिण्याच्या सुरुवातीपासूनच सतत पाठबळ दिल्याबद्दल ITI सातारा च्या प्रशिक्षकांचा मी आभारी आहे.

या पुस्तकातून, ई-लर्निंगबद्दलचे माझे विचार तुमच्याशी शेअर करण्यात मी स्वतःला धन्य समजतो. हे पुस्तक परिपूर्ण आहे असा दावा मी करणार नाही, कारण परिपूर्णतेचा विचार करता हे पुस्तक एक प्रयत्न आहे आणि बाल्यावस्थेत आहे. त्यांची चाचणी आणि सूचना दिल्यास ते सुधारण्यासाठी मोलाचे ठरतील.

मनोज डोळे

दिनांक 9/1/2019

1

रेफ्रिजरेशन अँड एअर कंडिशन टेक्निशियन RACT प्रथम वर्ष मराठी MCQ Drawing

Online Test Exam
ITI Books
CNC Course
AutoCAD CAM
JOB & Apprentice
Online Theory
Computer Course
Trading Course
Web Designing
MSCIT Course
Shopping Business
Internet Business
Remotasks Course
Online Services
Top Sportsmans
Indian Army
Freedom Fighters
Top Scientists
Social Reformers
Motivational Speaker
Top Richest People
Join WhatsApp Group
Join Facebook Group
Like Facebook Page
PAN / Adhar / Licence Passport

Fire extinguisher

Calliper

Hacksaw frame

Universal surface guage

Hammer

Centre punch

Bench vice

Files

Centre punch

Bench vice

Files

Scraper

Surface Plate

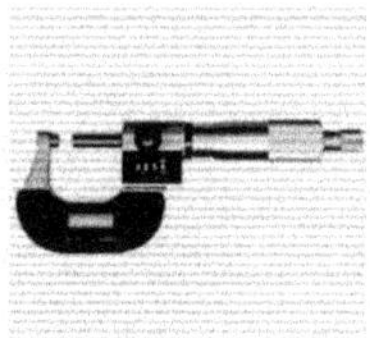

Outside Micrometer

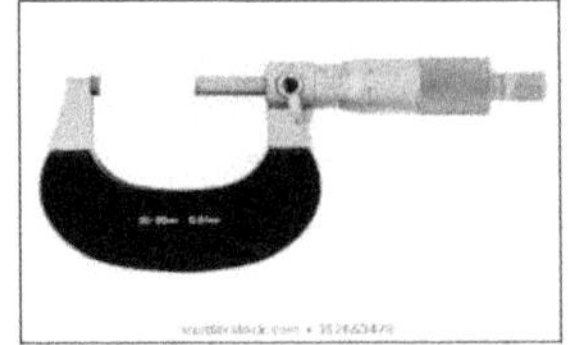

Micrometer

Depth micrometer

Vernier Calliper

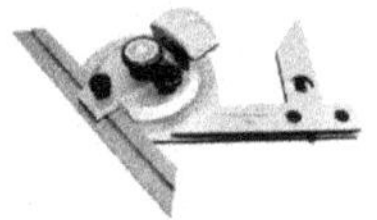

Vernier bevel protractor

Drilling

Reamer

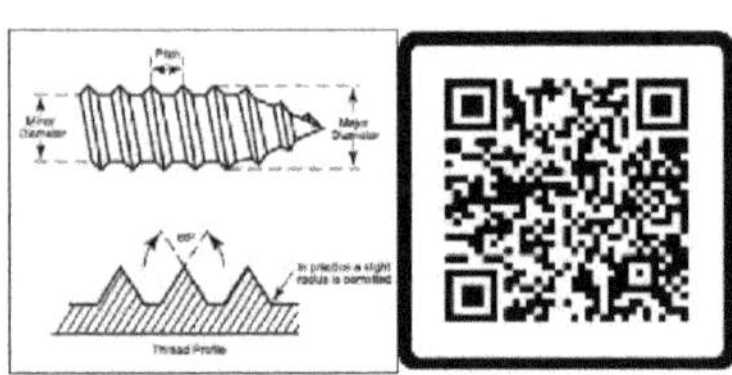

Thread

Tap Die

Grinding Wheel

Tap Die

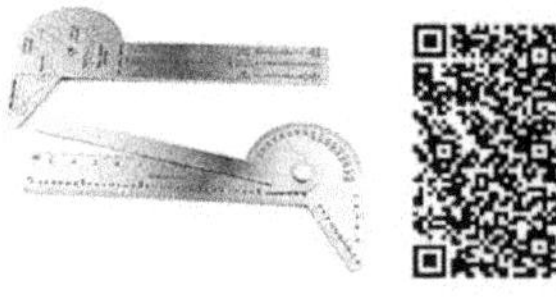

Centre gauge

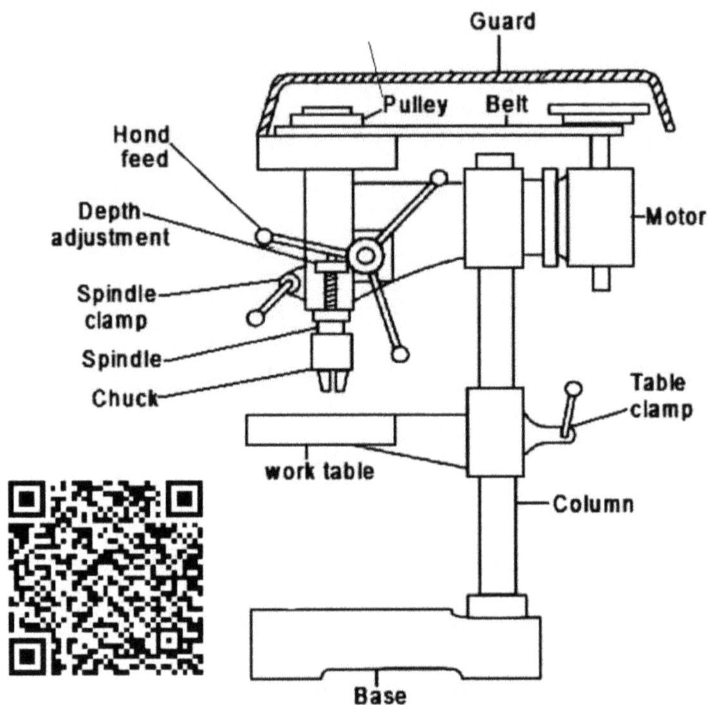

Piller Drilling Machine

Bench Grinding Machine

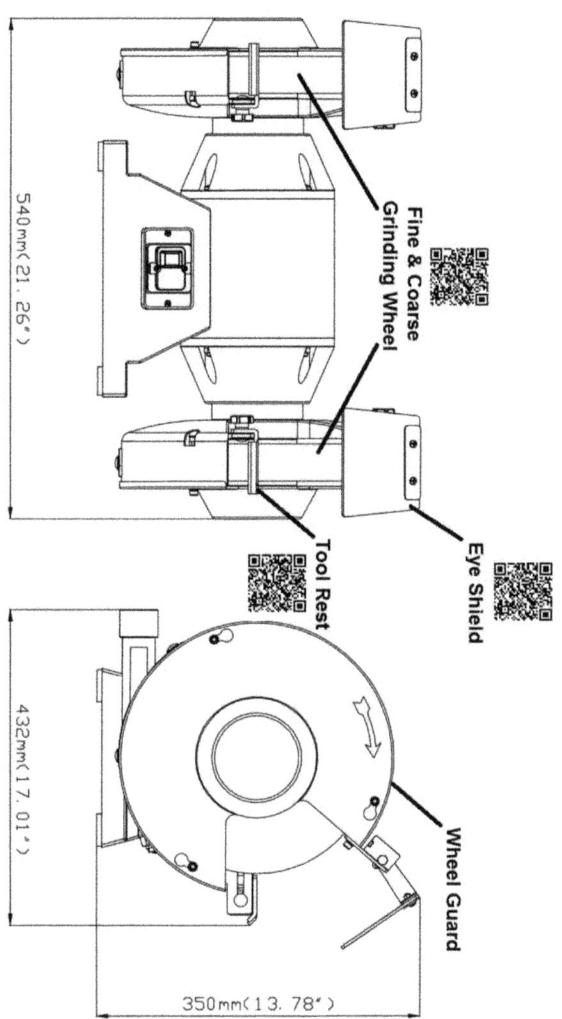

Sheet Metal Tools

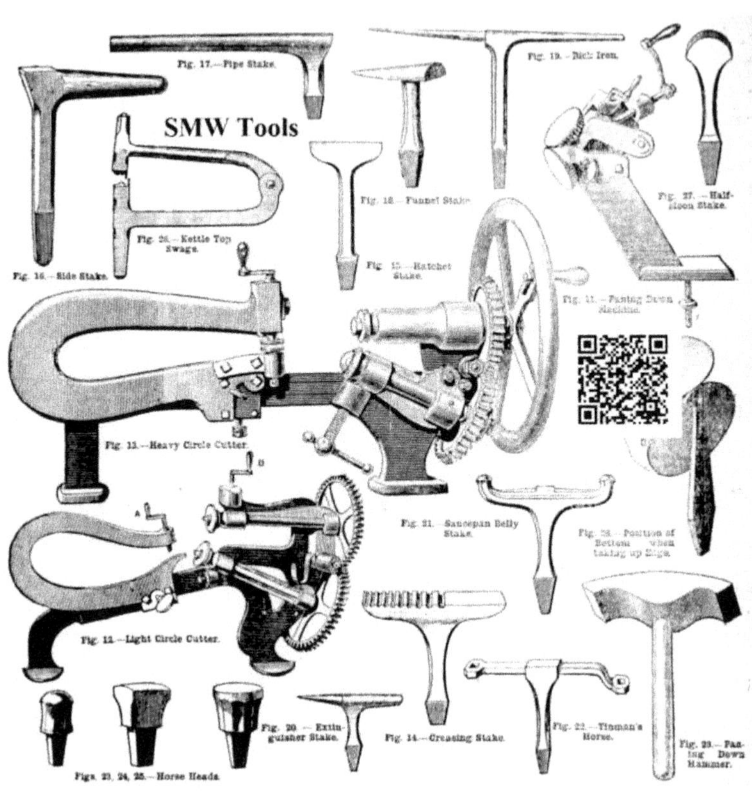
SMW Tools
Fig. 17.—Pipe Stake.
Fig. 18.—Funnel Stake.
Fig. 27.—Half-Moon Stake.
Fig. 26.—Kettle Top Swage.
Fig. 15.—Hatchet Stake.
Fig. 13.—Heavy Circle Cutter.
Fig. 21.—Saucepan Belly Stake.
Fig. 12.—Light Circle Cutter.
Fig. 20.—Extinguisher Stake.
Fig. 14.—Creasing Stake.
Fig. 22.—Tinman's Horse.
Figs. 23, 24, 25.—Horse Heads.

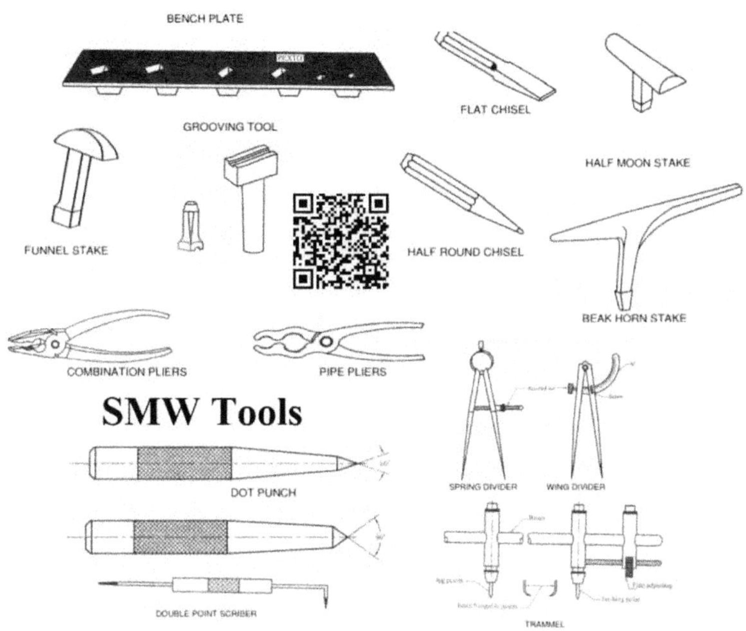

battery

capacitor

cell
dynamometer
N
S
Battery
electromagnet
heater
Magnetic Field
Current Change
Induced Voltage
Mutual Inductance Model
inductance
magnet
megger
motor

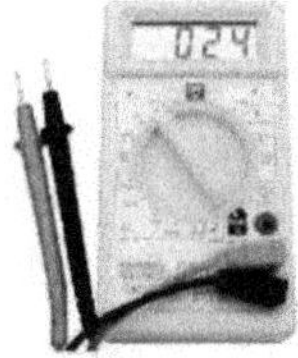
multimeter

ohmmeter

resistores

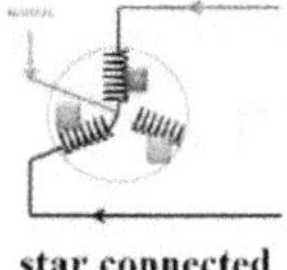
star connected
alternator

voltmeter
ammeter

wattmeter

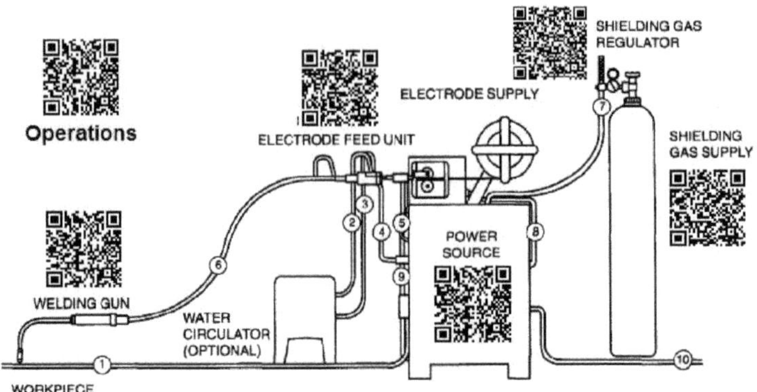

Gas Metal Arc Welding

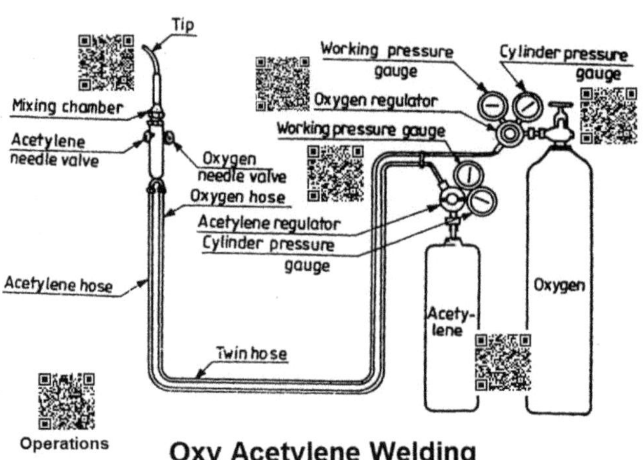

Oxy Acetylene Welding

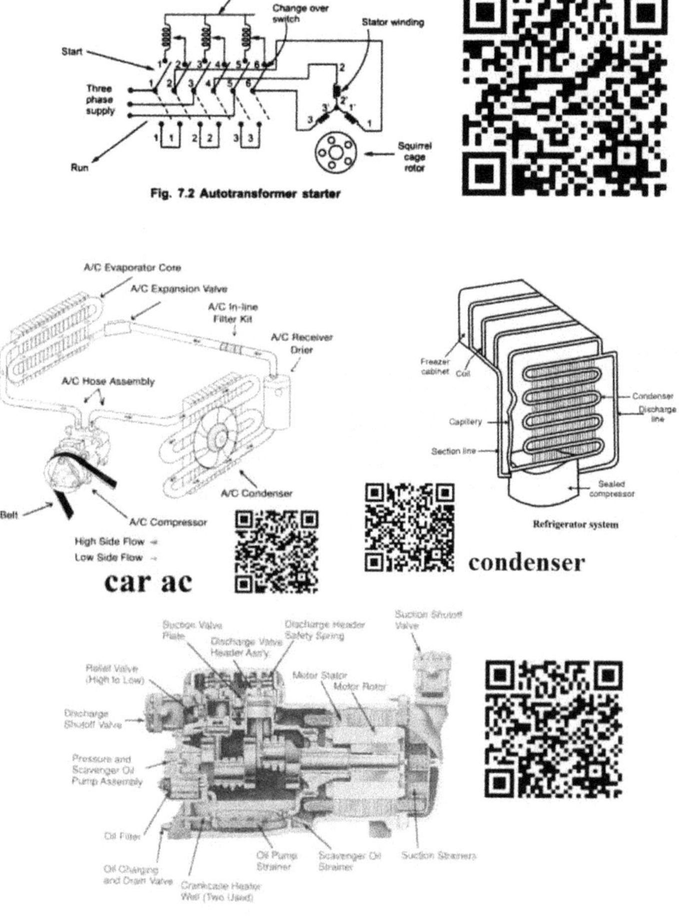

Fig. 7.2 Autotransformer starter

car ac

Refrigerator system

condenser

compressor

Suction
Motor
Welded
Suction valve
Discharge
Discharge valve
Oil
Piston
compressor
Connection from bulb to bellows
Bellows
Push pins
From evaporator
Liquid inlet through strainer
Liquid to evaporator
Valve disc
Spring
Adjusting spindle
Thermostatic expansion valve
I
Sc
IM
RM
XM
Main Winding
1- Phase supply
V
Rotor
Cs
RA
XA
IA
Auxiliary Winding

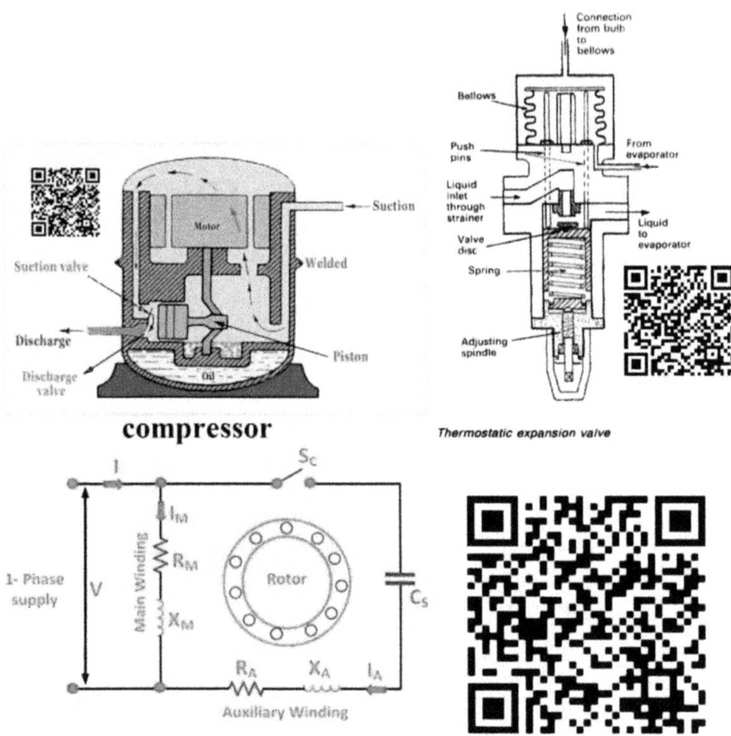

CSIR motor

Flooded type evaporator.

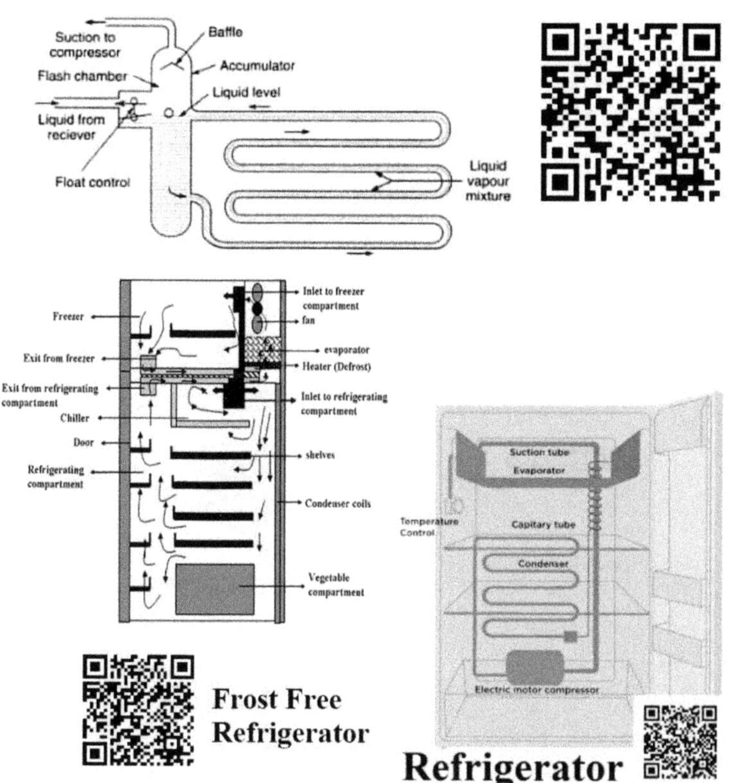

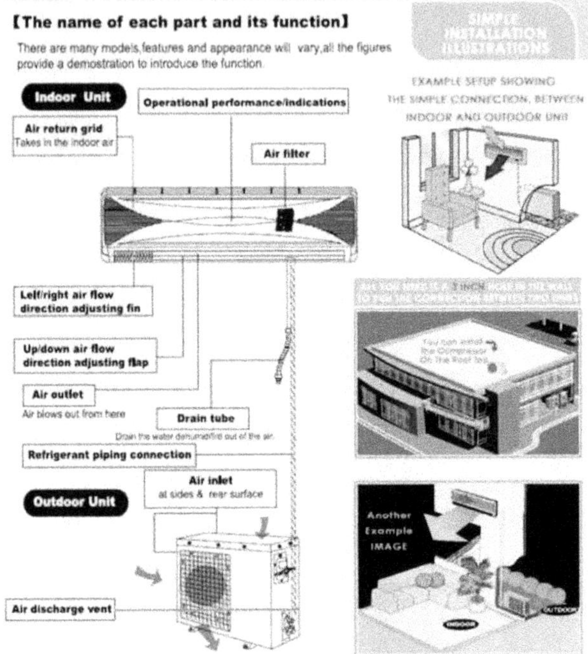

inverter split ac

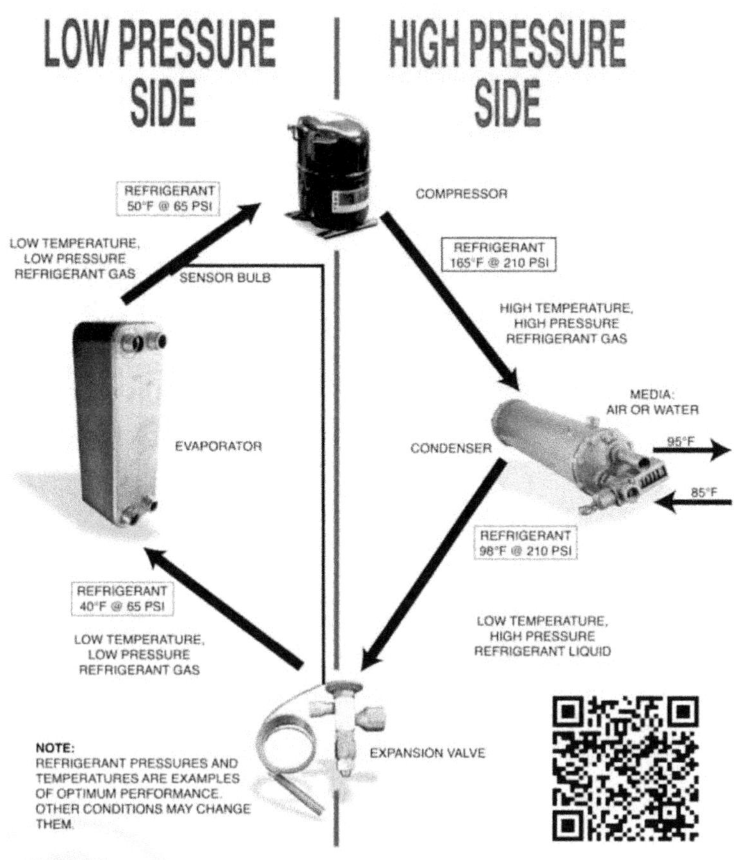
LOW PRESSURE SIDE
HIGH PRESSURE SIDE
REFRIGERANT 50°F @ 65 PSI
COMPRESSOR
LOW TEMPERATURE, LOW PRESSURE REFRIGERANT GAS
SENSOR BULB
REFRIGERANT 165°F @ 210 PSI
HIGH TEMPERATURE, HIGH PRESSURE REFRIGERANT GAS
MEDIA: AIR OR WATER
EVAPORATOR
CONDENSER
95°F
85°F
REFRIGERANT 98°F @ 210 PSI
REFRIGERANT 40°F @ 65 PSI
LOW TEMPERATURE, HIGH PRESSURE REFRIGERANT LIQUID
LOW TEMPERATURE, LOW PRESSURE REFRIGERANT GAS
NOTE:
REFRIGERANT PRESSURES AND TEMPERATURES ARE EXAMPLES OF OPTIMUM PERFORMANCE. OTHER CONDITIONS MAY CHANGE THEM.
EXPANSION VALVE

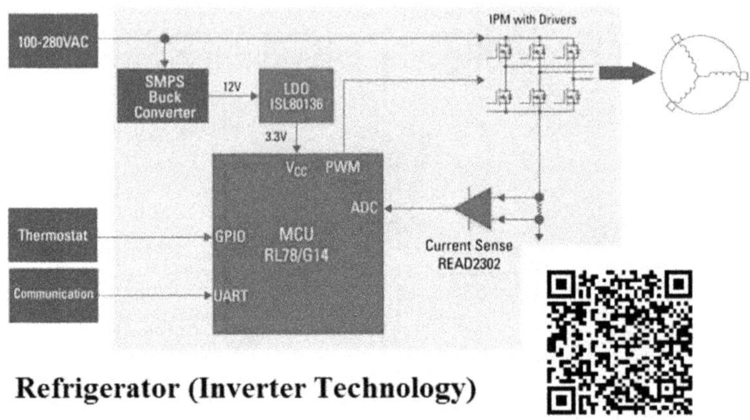

Refrigerator (Inverter Technology)

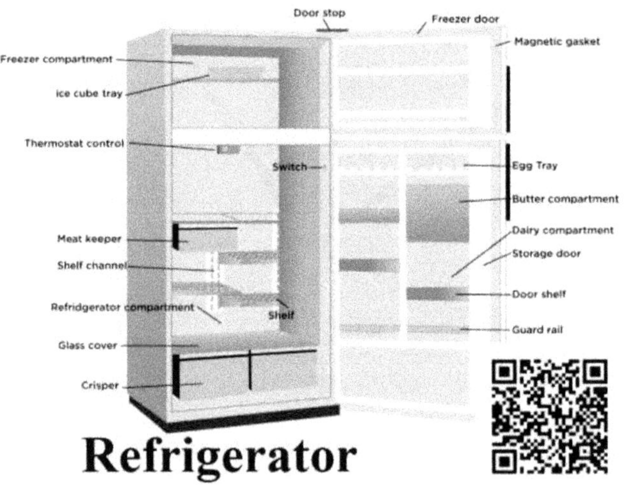

Refrigerator

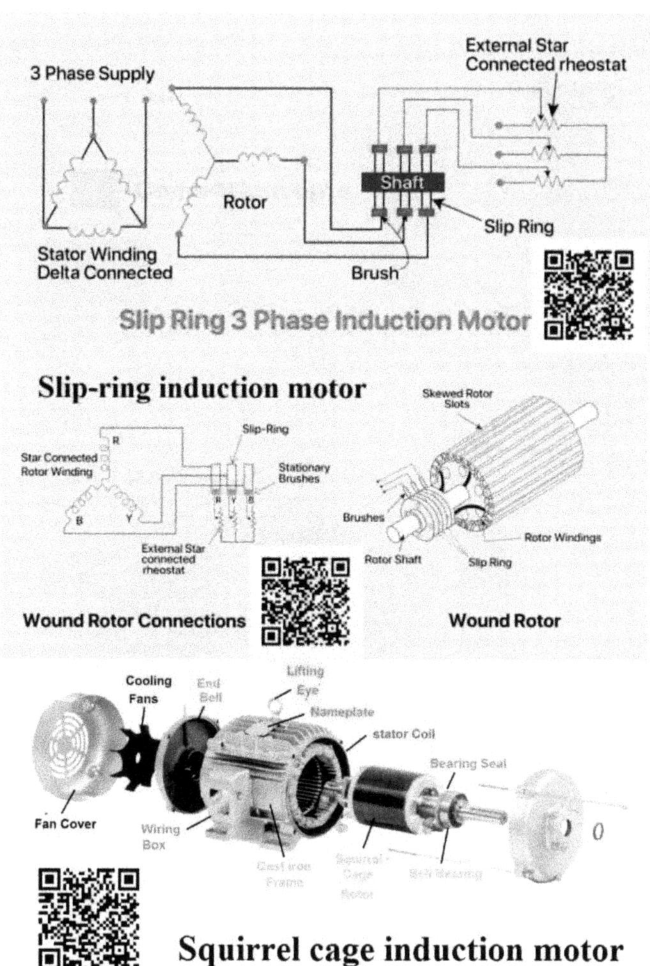
3 Phase Supply
External Star Connected rheostat
Shaft
Rotor
Slip Ring
Stator Winding Delta Connected
Brush
Slip Ring 3 Phase Induction Motor
Slip-ring induction motor
Skewed Rotor Slots
Slip-Ring
Star Connected Rotor Winding
Stationary Brushes
R
B
Y
Brushes
Rotor Windings
External Star connected rheostat
Rotor Shaft
Slip Ring
Wound Rotor Connections
Wound Rotor
Cooling Fans
End Bell
Lifting Eye
Nameplate
stator Coil
Bearing Seal
Fan Cover
Wiring Box
Squirrel cage induction motor

Vapour Compression Refrigeration System
Low Pressure Vapor
Evaporator
Expansion Valve
High Pr. High Temp. Liquid
Low Pr. Low Temp. Liquid + Vapor
Condenser
Compressor
Pressure Gauge
High Pr. High Temp. Vapor
Compressor
Fan
Controls
Cold Coil
Dust Filter
Outdoors
Fan
Hot Coil
Capillary Tube
Indoors

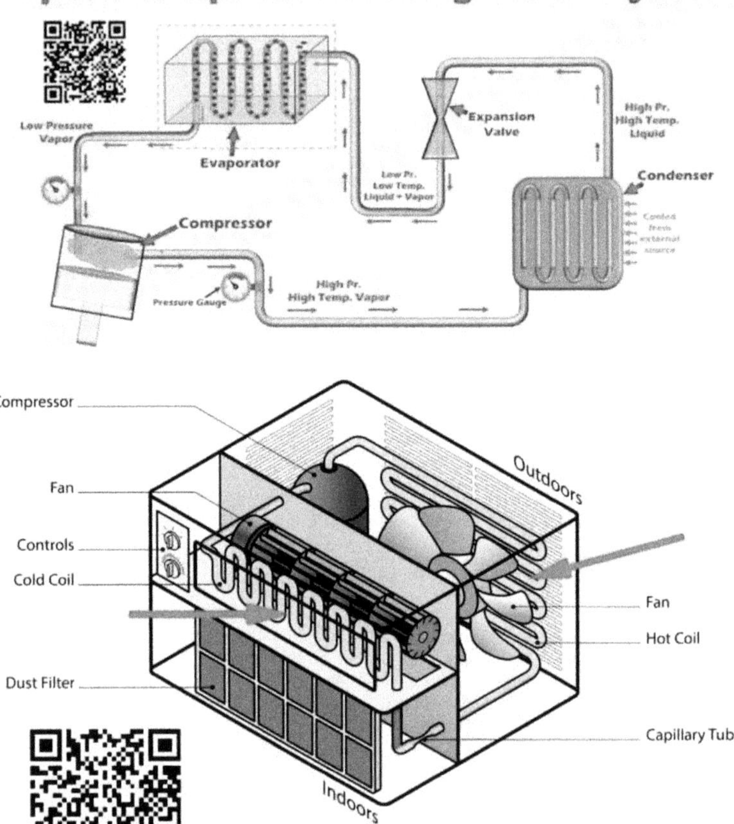

window ac

2

रेफ्रिजरेशन अँड एअर कंडिशन टेक्निशियन RACT प्रथम वर्ष मराठी MCQ

1] कार्यशाळा सुरक्षा कोणती आहे?

अ] दुकानातीलमजलास्वच्छआणिग्रीस, तेलकिंवाइतरनिसरड्यापदार्थांपासूनमुक्तठेवा

ब] वेग बदलण्यापूर्वी मशीन थांबवा

C] फटाके किंवा चिरलेली साधने वापरू नका

ड] धावणारे मशीन हाताने थांबवण्याचा प्रयत्न करू नका

२] पर्सनल प्रोटेक्ट इक्विपमेंटमध्ये (पीपीई] हेल्मेट वापरले जाते

अ] डोकेसंरक्षितकरा

ब] डोळ्यांचे रक्षण करा

क] हातांचे संरक्षण करा

ड] कानांचे रक्षण करा

3] खालीलपैकी कोणते सामान्य सुरक्षिततेशी संबंधित आहे?

A चांगल्या वृत्तीचा कार्यकर्ता ठेवा

ब] काम स्वच्छ आणि स्पष्ट

क] आपल्या कामावर लक्ष केंद्रित करा

ड] मजलाआणिगँगवेस्वच्छआणिस्वच्छठेवा

4] दळताना डोळ्यांच्या संरक्षणासाठी कोणता वापर केला जातो?

अ] गडद हिरवा काच

ब] मुखवटा

क] सूर्याचा चष्मा

ड] सुरक्षागॉगल

5] खालीलपैकी कोणते मशीन सुरक्षिततेसाठी केले जाते?

अ] मशीनसुरूकरण्यापूर्वीतेलाचीपातळीतपासा

ब] पद्धतशीर पद्धतीने कामे करा

क] फरशी आणि गँगवे स्वच्छ आणि स्वच्छ ठेवा

ड] डाय आणि स्कार्फ वापरू नका

6] In पर्सनल प्रोटेक्ट इक्विपमेंट (PPE], 'स्लीव्हज'चा वापर संरक्षणासाठी केला जातो ----------

चेहरा

ब] डोळे

क] कान

ड] हात

7] ABC म्हणजे --------------

अ] स्वयंचलित श्वास नियंत्रण

ब] स्वयंचलित रक्त नियंत्रण

क] वायुमार्गातीलश्वासोच्छ्वासाचेअभिसरण

ड] स्वयंचलित रक्त परिसंचरण

8] आग आणि आग विझवणारे

fire extingusher Fire Extingusher

अग्नीरोधक

9] "वर्ग ब" आग विझवण्यासाठी अग्निशामक यंत्राचे प्रकार वापरले जातात ....

अ] कोरडीशक्ती

ब] कार्बन डायऑक्साइड

क] पाण्याचा जेट

ड] फोम प्रकार

10] सामान्य आग विझवण्यासाठी कोणत्या प्रकारचे अग्निशामक यंत्र वापरले जाते?

<u>अ] पाण्याचेप्रकारविझविण्याचेयंत्र</u>

ब] फोम प्रकार एक्टिंग्विशर

क] कोरडी रासायनिक पावडर एक्टिंग्विशर

D] कार्बन डायऑक्साइड (C02] एक्टिंग्विशर

11] रक्तस्त्राव झाल्यास उपचार घ्या

डी] थंड 3" आणि विश्रांती

<u>अ] थंडपाण्याचीफवारणीकरा</u>

ब] लगेच मलमपट्टी -----.

ब] अपघात विचार उपचार बद्दल चौकशी

safety workshop safety

12] अपघात झाल्यास, पीडितेने आय.एम

अ] विश्रांती घेण्यास सांगितले

<u>क] तात्काळहजरझाले</u>

डी] त्याला सोडा

13] जखमी किंवा आजारी व्यक्तीला प्राथमिक उपचार दिले जातात....

अ] जीव वाचवा

ब] मफचा पुढील बिघाड टाळा

क] शक्य तितका आराम द्या

<u>ड] हेसर्व</u>

14] कचरा पेपर वेगळे करण्यासाठी डब्यांचा कलर कोड ----- आहे.

<u>अ] निळारंग</u>

ब] पिवळा रंग

क] लाल रंग

ड] हिरवा रंग

15] जपानी भाषेत सेको म्हणजे --------------

<u>अ] चमकणे</u>

ब] क्रमवारी लावा

क] प्रमाणीकरण

ड] टिकवणे

16] SS प्रणालीचा फायदा ------ आहे.

अ] उत्पादकतेत वाढ

ब] गुणवत्तेत वाढ

क] वेळेचा अपव्यय कमी करणे

ड] हेसर्व

17] सुरक्षा म्हणजे -----------

अ] कोणाचाही व्यवसाय नाही

ब] प्रत्येकशरीराचाव्यवसाय

क] काही शरीर व्यवसाय

ड] संस्थेचा व्यवसाय

18] मूलभूत श्रेणींसाठी सुरक्षा चिन्हे उपलब्ध आहेत "निषेध" चिन्हाचा अर्थ ----

अ] दाखवतेकीतेकेलेजाऊनये

ब] काय केले पाहिजे ते दाखवते

क] धोक्याची किंवा धोक्याची चेतावणी देते

ड] सुरक्षा तरतुदीची माहिती देते

18] एक मायक्रोमीटर (U] समान आहे...

अ] 0.1 मि.मी

ब] ०.०१ मिमी

C] 0.001 मिमी

ड] 0.0001 मिमी

19] स्लॉटची रुंदी मोजण्यासाठी कॅलिपर म्हणजे...

अ] विषम पाय कॅलिपर

ब] बाहेरील कॅलिपर

C] जेनी कॅलिपर

ड] कॅलिपरच्याआत

caliper hand tools

कॅलिपर

20] विभाजकांचा आकार ----------- द्वारे निर्दिष्ट केला जातो.

अ] पायांची एकूण लांबी

ब] पूर्णपणे उघडल्यावर बिंदूंमधील अंतर

क] बिंदू नसलेल्या पायांची लांबी

<u>D]पिव्होटआणिबिंदूमधीलअंतर</u>

21] समांतर रेषा चिन्हांकित करण्यासाठी वापरलेले साधन आहे, डेटाम काठाच्या समांतर आहे -

<u>अ] जेनीकॅलिपर</u>

ब] विभाजक

क] बाहेरील कॉलीपर

ड] कॅलिपरच्या आत

22] खालीलपैकी कोणते एक अप्रत्यक्ष मोजण्याचे साधन आहे?

<u>अ] बाहेरीलकॅलिपर</u>

ब] व्हर्नियर कॅलिपर

क] पोलादी नियम

ड] बाहेरील मायक्रोमीटर

23] पातळ नळ्या कापण्यासाठी, हॅकसॉ ब्लेडची सर्वात योग्य पिच आहे...

अ] 1.8 मिमी

ब] 1.4 मिमी

क] 1 मि.मी

ड] <u>0.8 मि.मी</u>

24] ठोस पितळ कापण्यासाठी, हॅकसॉ ब्लेडची सर्वात योग्य पिच आहे...

अ] <u>1.8 मिमी</u>

ब] 1.4 मिमी

क] 1 मि.मी

ड] 0.8 मि.मी

hacksaw Hacksaw Frame Blade

हॅकसॉ फ्रेम

25] काही स्ट्रोक नंतर एक नवीन हॅकसॉ ब्लेड मुळे सैल होते ...

अ] ब्लेडचेताणणे

ब] विंग-नट धागे जीर्ण होत आहेत

क] ब्लेडची चुकीची खेळपट्टी

डी] करवतीच्या संचाची अयोग्य निवड.

26] लहान व्यासाचे पाईप्स कापताना, नियमितपणे पाहणे आणि याची खात्री करणे उचित आहे ...

अ] कट वक्र रेषेच्या बाजूने आहे

ब] अधिककरवतीचेदातआकुंचनपावलेआहेत

क] काम जास्त तापलेले नाही

ड] हॅकसॉचे योग्य संतुलन राखले जाते

27] व्हाइस क्लॅम्पचा वापर यासाठी केला जातो...

अ] कठीण जबड्याचे रक्षण करा

ब] कामाचे तुकडे कडकपणे घट्ट करा

क] तयारपृष्ठभागसंरक्षितकरा

ड] जंगम जबडा दाखल होण्यास प्रतिबंध करा

28] चिन्हांकित करताना संदर्भ पृष्ठभाग प्रदान केला जातो ...

अ] पृष्ठभाग मापक

ब] वर्कपीस

क] कामाचे रेखाचित्र

D] मार्किंगटेबलपृष्ठभाग

29] अभियंत्याच्या वाइसचा आकार द्वारे निर्दिष्ट केला जातो ...

अ] जंगम जबड्याची लांबी

ब] जबड्याचीरुंदी

क] दुर्गुणाची उंची

ड] जबडा जास्तीत जास्त उघडणे

30] सार्वत्रिक पृष्ठभाग गेजचा भाग जो डेटाम काठावर समांतर रेषा काढण्यास मदत करतो.

अ] रॉकर हात

ब] स्नग

क] बारीक समायोजन स्क्रू

ड] मार्गदर्शकपिन

universal surface gauge

Surface Gauge

युनिव्हर्सल पृष्ठभाग गेज

31] स्क्राइबर बनलेले आहेत ...

अ] सौम्य पोलाद

ब] <u>उच्चकार्बनस्टील</u>

क] पितळ

ड] कास्ट लोह

32] हँडल फिक्स करण्यासाठी वापरल्या जाणाऱ्या हातोड्याचा भाग...

चेहरा

ब] पेन

क] गाल

ड] <u>डोळाछिद्र</u>

33] चिन्हांकित करण्याच्या हेतूने हातोड्याचे वजन आहे ...

अ] <u>250 ग्रॅम</u>

ब] 500 ग्रॅम

क] १ किग्रॅ

ड] 2 किग्रॅ

hammer Hammers

हातोडा

34] डिव्हायडर्सचा आकार द्वारे निर्दिष्ट केला जातो ...

अ] पायांची एकूण लांबी

ब] पूर्णपणे उघडल्यावर बिंदूंमधील अंतर

क] बिंदूशिवाय पायांची लांबी

D] पिव्होटआणिबिंदूमधीलअंतर

35] 'V' ब्लॉकच्या खोबणीचा समाविष्ट केलेला कोन नेहमीच असतो....

अ] ४५०

ब] ६००

क] ९००

ड] 120०

36] 'V' ब्लॉक्सच्या ग्रेडमध्ये उपलब्ध आहेत...

अ] अआणिब

ब] अ, ब आणि क

क] १,२ आणि ३

ड] १ आणि २

37] 'B' ग्रेडचे 'V' ब्लॉक बनलेले आहेत

अ] कास्टलोह

ब] सौम्य पोलाद

क] पोलाद

ड] कास्ट स्टील

38] केंद्र शोधण्यासाठी वापरलेल्या पंचाचे नाव सांगा.

अ] प्रिक पंच ३०°

ब] प्रिक पंच ६०°

क] केंद्रपंच

ड] डॉट पंच

Centre punch 1 Punches

मध्यभागी पंच

39] केंद्र पंचाचा बिंदू कोन -------- आहे.

अ] ३०°

ब] ५०°

c] 900

ड] 1200

40] पंचांचा वापर --------- कोणत्याही आकाराचा बनवण्यासाठी केला जातो

अ] छिद्र

ब] खाण

C] Knurling

ड] रीमिंग

41] साधारणपणे वाइसच्या हँडलची लांबी ---------- असते.

अ] वाइसच्या सामान्य आकाराच्या 1.5 पट

ब] वाइसच्यासामान्यआकाराच्या 2.5 पट

क] वाइसच्या सामान्य आकाराच्या 3.5 पट

ड] वाइसच्या सामान्य आकाराच्या 4.5 पट

bench vice Bench Vice

खंडपीठ उपाध्यक्ष

42] बेंच व्हाईस स्पिंडल .... चे बनलेले असते.

<u>अ] सौम्यपोलाद</u>

ब] कास्ट लोह

क] साधन स्टील

ड] कांस्य

43] फाइल्सची उत्तलता मदत करते...

अ] अवतल पृष्ठभाग फाइल करण्यासाठी

ब] बहिर्वक्र पृष्ठभाग फाइल करण्यासाठी

क] <u>कामाच्याकडागोलाकारटाळण्यासाठी</u>

D] दाब लागू झाल्यावर सरळ होणारी फाईल

files 1 Files

फाईल्स

44] लाकूड, चामडे आणि इतर मऊ साहित्य भरण्यासाठी कोणती फाईल वापरली जाते?

अ] सिंगल कट फाइल

ब] डबल कट फाइल

<u>c]रास्पकटफाइल</u>

ड] वक्र कट फाइल

45] वापरलेली फाईल ------------ साठी वापरली जाते.

अ] कामाचा तुकडा साफ करणे

क] फाईलचे दात नूतनीकरण करणे

<u>ब] फाईलचेदातसाफकरणे</u>

ड] चिप्स साफ करणे

४६] फाइल कार्ड -------- यासाठी वापरले जाते.

अ] कामाचा तुकडा स्वच्छ करा

C] फाईलचे दात नूतनीकरण करा

<u>ब] फाईलचेदातस्वच्छकरा</u>

47] लेखकाचा बिंदू कोन ----------- आहे.

अ] ३०°

ब] ६०°

C] 5° ते 10°

D] 12° ते 15°

48] कास्ट आयरनला चिपकण्यासाठी कटिंग अँगल आहे...

अ] ३७.५०

ब] 55०

क] 60०

ड] 90०

chisel hand tools

49] छिन्नी सामग्रीमध्ये खोदेल जेव्हा...

अ] रेक कोन अधिक आहे

ब] क्लिअरन्स कोन खूप कमी आहे

क] झुकावकोनअधिकआहे

ड] झुकाव कोन खूप कमी आहे

५०] कटिंग एजला थोडासा बहिर्वक्रता दिला जातो...

अ] वक्र पृष्ठभाग कापून टाका

ब] टोकदार कोपरे कापून घ्या

क] टोकेखोदण्यासप्रतिबंधकरा

ड] वंगण आत येऊ द्या

51] सरफेस प्लेट्स कशापासून बनतात...

अ] उच्च दर्जाचे कास्ट स्टील

ब] बारीककच्चालोह

क] मिश्र धातु स्टील्स

ड] लोह

Surface plates hand tools

52] पृष्ठभाग प्लेट्स त्यांच्या लांबी आणि रुंदीनुसार निर्दिष्ट केल्या जातात आणि मध्ये असतात

अ] डेसिमीटर

ब] घनमीटर

क] दंडगोलाकार

53] कोन प्लेटच्या मशीन नसलेल्या भागावर बरगड्या दिल्या जातात...

अ] सुलभ हाताळणी

ब] उत्पादनात सोय

C] मशीनवर सेट करताना क्लॅम्पिंग

ड] कडकपणाआणिविकृतीटाळण्यासाठी

54] अँगल प्लेटवरील स्लॉट यासाठी दिले आहेत...

अ] वजन कमी करणे

ब] काम संरेखित करणे

क] हुक वापरून उचलणे

D] सामावूनघेणारेबोल्ट.

55] कोन प्लेट्सचा आकार द्वारे दर्शविला जातो ...

अ] वजन

ब] लांबी

क] लांबी x रुंदी

ड] आकारक्रमांक

56] सिमेंट कार्बाइड सारख्या मटेरियलवर हाय स्पीड पार्टिंग ऑफ कामासाठी

अ] सर्व मशीन करा

ब] कापण्याचे यंत्र

क] हेवीड्युटीपॉवरपाहिले

ड] खाण यंत्र बसलेले पाहिले

57] तोफा हा तांब्याचा धातू आहे, -----------

अ] कथीलआणिजस्त

ब] शिसे आणि जस्त

क] झिंक आणि निकेल

ड] शिसे आणि निकेल

58] कास्ट आयर्नचा वापर मशीन बेड तयार करण्यासाठी केला जातो कारण -------

अ] तेअधिकसंकुचितताणावाचाप्रतिकारकरूशकते

ब] ते वजनाने जड असते

क] हा स्वस्त धातू आहे

ड] हा एक ठिसूळ धातू आहे

59] मायक्रोमेट्रिकच्या बाहेर मेट्रिकची अचूकता किंवा किमान गणना --------- आहे

अ] 0-1 मिमी

ब] 0.01 मिमी

C] 0.001 मिमी

ड] 0.02 मिमी

micrometer Out Side Micrometer

60] 1000 मायक्रॉन म्हणजे -----

अ] 1 मि.मी

ब] १ मी

क] 1000 मिमी

ड] 10 सें.मी

61] मेट्रिक मायक्रोमीटरमध्ये, थिमल ऍडव्हान्सची संपूर्ण क्रांती -----------

अ] 0.01 मिमी

ब] 0.25 मिमी

C] 0.50 मिमी

ड] 1.00 मि.मी

micrometer2 Out Side Micrometer

मायक्रोमीटर

62] मायक्रोमीटरमधील रॅचेट स्टॉप ------------ मदत करते.

अ] दाबनियंत्रितकरा

ब] स्पिंडल लॉक करा

C] शून्य त्रुटी समायोजित करा

ड] कामाचा तुकडा धरा

63] 1000 मायक्रॉन म्हणजे ------------

अ] 1 मि.मी

ब] १ मी

क] 1000 मिमी

ड] 10 सें.मी

64] मायक्रोमीटरच्या बाहेरील 50-75 मिमीचे शून्य वाचन किती आहे?

अ] 0.000 मिमी

ब] 0.01 मिमी

क] 25.00 मिमी

ड] 50.00 मिमी

65] मायक्रोमीटरच्या बाहेरील मेट्रिकच्या स्लीव्हवरील सर्वात लहान भागाचे मूल्य ----- आहे.

अ] 0.50 मिमी

ब] 1.00 मिमी

क] 1.50 मिमी

ड] 2.00 मिमी

66] मायक्रोमीटरमधील रॅचेट स्टॉप --------- मदत करते.

अ] दाबनियंत्रितकरा

ब] स्पिंडल लॉक करा

C] शून्य त्रुटी समायोजित करा

ड] कामाचा तुकडा धरा

67] डेप्थ मायक्रोमीटरची किमान संख्या आहे

अ] 0.5 मिमी

ब] 0.2 मिमी

C] 0.001 मिमी

<u>ड] 0.01 मिमी</u>

Depth micrometer 1 Depth Micrometer

खोली मायक्रोमीटर

68] व्हर्नियर कॅलिपरची सर्वात कमी संख्या आहे (मुख्य स्केल = 49 विभाग, व्हर्नियर स्केल = 50 विभाग)

अ] 0.1 मिमी

ब] 0.01 मिमी

C] 0.001 मिमी

<u>ड] 0.02 मिमी</u>

vernier calliper 1 Vernier Caliper 1

व्हर्नियर कॅलिपर

69] व्हर्नियर कॅलिपर वापरून केलेल्या मोजमापाचा प्रकार ------- आहे.

अ] थेट मोजमाप

<u>ब] अप्रत्यक्षमापन</u>

क] ९०“] (अ] ८१ (ब]

ड] यापैकी नाही

76] टेपर शँक ड्रिल मशीनवर याद्वारे धरले जातात ...

अ] चक

<u>B]बाही</u>

क] वाहून जाणे

ड] वाइस

drilling

taper shank drills machine

77] ड्रिल चक्स ड्रिलिंग मशीनच्या स्पिंडलवर एका... द्वारे बसवले जातात.

अ] नर्ल्ड रिंग

<u>ब] आर्बर</u>

क] वाहून जाणे

ड] पिनियन आणि किल्ली

78] ड्रिल्सवर दिलेला मोर्स टेपर...

A] <u>MT 1 ते MT 5</u>

ब] MT 1 ते MT 4

C] MT 0 ते MT 5

D] MT 0 ते MT 4

79] ड्रिफ्टचा वापर यासाठी केला जातो...

अ] ड्रिल स्थान काढणे

ब] मशीन स्पिंडलवर चक फिक्स करणे

क] कामातून तुटलेली ड्रिल काढणे

ड] <u>मशीनस्पिंडलमधूनड्रिलकाढणे</u>

80] जेव्हा ड्रिलची टेपर शँक मशीनच्या स्पिंडलपेक्षा मोठी असते, तेव्हा ड्रिल ठेवण्याचे साधन म्हणजे...

अ] ड्रिल स्लीव्ह

ब] <u>टेपरसॉकेट</u>

क] ड्रिल ड्रिफ्ट

ड] चक आणि कि

81] ड्रिलिंग मशीनमध्ये सौम्य स्टील ड्रिल करण्यासाठी योग्य कटिंग फ्लुइड आहे...

अ] सिंथेटिक विद्रव्य तेल

ब] स्वच्छ तेल

क] डिस्टिल्ड वॉटर

ड] विद्राव्यतेल

82] रेडियल ड्रिलिंग मशीनचे एक विशेष वैशिष्ट्य आहे...

अ] हे एचएसएस ड्रिलसह ड्रिलिंगसाठी वापरले जाऊ शकते

ब] टेबल कोणत्याही स्थितीत हलवले आणि सेट केले जाऊ शकते

क] वेगाची विविधता उपलब्ध आहे

ड] स्पिंडलकोणत्याहीस्थितीतआणलेजाऊशकते

piller

drilling machine drilling-machine-spindle

83] ड्रिलचा बिंदू कोन यावर अवलंबून असतो...

अ] ड्रिलचा आकार

ब] यंत्राचा प्रकार

क] कामाचेसाहित्य

D] ड्रिलचा RPM

84] मानक ड्रिलसाठी बिंदू कोन आहे...

अ] 60◦

ब] 108◦

क] 118◦

ड] 135◦

85] हेलिकल कोन ठरवतो...

अ] कटिंग अँगल

ब] कोन चघळणे

क] रेककोन

ड] ओठांचा कोन

86] ड्रिलचा क्लिअरन्स कोन दरम्यान आहे...

अ] 3◦ ते 5◦

ब] <u>8◦ ते 12◦</u>

क] 12◦ ते 20◦

ड] 15◦ ते 20◦

87] दुर्गम ठिकाणी (वीज उपलब्ध नाही) रेल्वे ट्रॅक ड्रिल करायचा आहे. योग्य ड्रिलिंग मशीन निवडा

अ] रेडियल ड्रिलिंग मशीन

ब] पिलर ड्रिलिंग मशीन

क] <u>रॅचेटड्रिलिंगमशीन</u>

ड] संवेदनशील ड्रिलिंग मशीन

drilling drilling machine

ड्रिलिंग

88] कॅबिनेट बनवण्यासाठी सुताराने वापरलेले ड्रिलिंग मशीन म्हणजे...

अ] रॅचेट ड्रिलिंग मशीन

ब] रेडियल ड्रिलिंग मशीन

क] <u>स्तनड्रिलिंगमशीन</u>

ड] संवेदनशील ड्रिलिंग मशीन

89] वीज उपलब्ध नसलेल्या ठिकाणी छिद्र पाडण्यासाठी खालीलपैकी कोणते ड्रिलिंग मशीन वापरले जाते?

अ] बेंच ड्रिलिंग मशीन

ब] पिलर ड्रिलिंग मशीन

क] ड्रिलिंग मशीन पुन्हा डायल करा

<u>ड] रॅचेटड्रिलिंगमशीन</u>

90] खालीलपैकी कोणते ड्रिलिंग मशीन हेवी ड्युटी कामासाठी वापरले जाते?

अ] बेंच ड्रिलिंग मशीन

ब] पिलर ड्रिलिंग मशीन

<u>क] रेडियलड्रिलिंगमशीन</u>

ड] इलेक्ट्रिक हॅंड ड्रिलिंग मशीन

91] ड्रिल चक मशीनच्या स्पिंडलवर ------ च्या माध्यमातून धरले जातात.

अ] आर्बर
ब] वाहून जाणे
C] ड्रॉ-इन बार
ड] चक नट
92] संवेदनशील बेंच ड्रिलिंग मशीनमध्ये ---- द्वारे भिन्न वेग प्राप्त केले जातात.
अ] बेल्टपुलीयंत्रणा
ब] हायड्रोलिक यंत्रणा
क] रॅक आणि पिनियन यंत्रणा
ड] कॅम आणि अनुयायी यंत्रणा

प्रश्न 1. डक्ट वर्क सारख्या विविध प्रकारच्या पाईप्ससाठी रेखांशाचा कोपरा सीम म्हणून ___________ वापरला जातो.
अ). खोबणी शिवण
ब). पिट्सबर्गशिवण
सी). Dovetail शिवण
डी). उपखंड खाली शिवण

प्रश्न 2. हँड ग्रूवर ___________ ने बनलेला असतो आणि ______ चर जोडण्यासाठी वापरला जातो.
अ). कास्ट स्टील, अंतर्गत लॉक
ब). कास्ट लोह, बाह्य लॉक
सी). कास्टस्टील, बाह्यलॉक
डी). कास्ट लोह, अंतर्गत लॉक

प्रश्न 3. खालीलपैकी कोणते खोट्या वायरिंगचा फायदा नाही
अ). लेखाची किंमत कमी झाली आहे
ब). लेखाचे वजन कमी केले आहे
सी). हे बाजूंना स्थितीत ठेवण्यास मदत करते
डी). लेखाचेवजनवाढलेआहे

प्र 4. गोल पाईपचा स्ट्रेचआउट पाईपचा ___________________ आहे.
अ). क्षेत्रफळ
ब). घेर
सी). व्यास
डी). त्रिज्या

प्र 6. आकृतीमध्ये दाखवल्याप्रमाणे हँड लीव्हर पंचचा घटक X ओळखा
अ). मरतात
ब). पंच धारक

सी). गळा

डी). गेज

प्रश्न 7. स्नॅप हेड रिव्हेटची लांबी निर्धारित करण्यासाठी सामान्यतः शॉप फ्लोअरमध्ये वापरला जाणारा फॉर्म्युला आहे - (जेथे L=शांक लांबी, T=वापरलेल्या प्लेट्सच्या संख्येची एकूण जाडी आणि D= रिव्हेट व्यास)

अ). L=T+1.5D

ब). L=T+0.6D

सी). L=T+2.5D

डी). L=T+2D

प्रश्न 8. नलिकांवर क्रॉस सीम जोडण्यासाठी सामान्यतः कोणती क्लिप वापरली जाते

अ). सरकारी क्लिप

ब). ड्राइव्हक्लिप

सी). नेलिंग क्लिप

डी). एस क्लिप एस

प्र 9. आकृतीत दाखवल्याप्रमाणे स्व-टॅपिंग स्क्रूचा प्रकार ओळखा

अ). Type-A

ब). टाइप-बी

सी). टाइप-सी

डी). टाइप-डी

प्रश्न 10. खालीलपैकी कोणता अर्ध-कायमस्वरूपी उपचार नाही

अ). गॅल्वनाइझिंग

ब). टिनिंग

सी). क्लॅडिंग

डी). ॲनोडायझिंग

Q 11. _______________ फक्त ॲल्युमिनियम आणि त्याच्या मिश्र धातुंवर सजावटीचे आणि गंजरोधक कोटिंग प्रदान करण्यासाठी वापरले जाते.

अ). इलेक्ट्रोप्लेटिंग

ब). ॲनोडायझिंग

सी). क्लॅडिंग

डी). गॅल्वनाइझिंग

प्र 12. _____________ चा वापर वर्तुळे, चाप लिहिण्यासाठी आणि अंतर बदलण्यासाठी आणि स्टेप ऑफ करण्यासाठी केला जातो.

अ). ट्रॅमेल

ब). त्रिज्या गेज

सी). <u>विंगकंपास</u>

डी). स्क्रू पिच गेज

प्रश्न 13. _______________ हे गुंतागुंतीच्या कामाच्या अंतर्गत बाजूच्या कटिंगसाठी वापरले जाते. ____

अ). एव्हिएशन कातरणे

ब). खंडपीठ कातरणे

सी). <u>हॉकबिलेडकातरणे</u>

डी). दुहेरी कटिंग कातरणे

प्रश्न 14. खालीलपैकी कोणता शीट मेटल हॅमर रेझिंग ऑपरेशनमध्ये वापरला जातो

अ). रिव्हटिंग हातोडा

ब). <u>स्ट्रेचिंगहातोडा</u>

सी). creasing हातोडा

डी). प्लॅनिशिंग हातोडा

प्रश्न 15. आकृतीत दाखवल्याप्रमाणे स्पॅनरचा प्रकार ओळखा -

अ). रिंग स्पॅनर

ब). समायोज्य स्पॅनर

सी). <u>सॉकेटस्पॅनर</u>

डी). हुक स्पॅनर

प्रश्न 17. 6 मिमी पर्यंत लहान व्यासाचे छिद्र पाडण्यासाठी _______________ चा वापर केला जातो.

अ). <u>बेव्हलगियरप्रकारड्रिलिंगमशीन</u>

ब). रॅचेट ड्रिलिंग मशीन

सी). स्तन ड्रिलिंग मशीन

डी). यापैकी एकही नाही

प्रश्न 18. आकृतीत दाखवल्याप्रमाणे ड्रिलिंग मशीन ओळखा

अ). बेव्हल गियर प्रकार ड्रिलिंग मशीन

ब). रॅचेट ड्रिलिंग मशीन

सी). <u>स्तनड्रिलिंगमशीन</u>

डी). वायवीय हात ड्रिलिंग मशीन

प्रश्न 21. घटक क्रमांक ओळखा. युनिव्हर्सल स्वेजिंग मशीनचे 6 म्हणून आकृतीत दाखवले आहे

अ). <u>रोलर्ससाठीलॉकिंगनट</u>

ब). रोलर्सचा संच

सी). गियरसह वरचा शाफ्ट

डी). गियर सह लोअर शाफ्ट

Q 22. ______________ चा वापर प्रारंभिक रेखाचित्रानंतर पात्राची मान तयार करण्यासाठी केला जातो. _____

अ). कोरमरतात

ब). सेगमेंटल मरतात

सी). बाहेर रेखाचित्र मरतात

डी). आत रेखाचित्र मरतात

प्र 23. आकृतीत दाखवल्याप्रमाणे प्रेस ओळखा

अ). सरळ बाजू दाबा

ब). पिलरप्रेस

सी). समायोज्य बेड प्रेस

डी). अंतर दाबा

प्र 24. ____________ हे लेखाच्या काठाला रोलमध्ये बनवण्याची क्रिया आहे. ___

अ). तयार करणे

ब). कर्लिंग

सी). Plunging

डी). कपिंग

प्रश्न 25. खालीलपैकी कोणती पद्धत मशीनद्वारे धातू पॉलिश करण्याची पद्धत नाही

अ). पेडेस्टलग्राइंडरसहपॉलिशकरणे

ब). संयुगे आणि कापड चाकांसह पॉलिश करणे

सी). अपघर्षक झाकलेल्या चाकांसह पॉलिश करणे

डी). लेपित अपघर्षक सह पॉलिशिंग

प्रश्न 26. खालीलपैकी कोणता बफिंग मटेरियल हा पावडर लावा आहे, जो स्क्रबिंग, साफसफाई आणि पॉलिशिंगसाठी वापरला जातो

अ). त्रिपोली

ब). प्युमिस

सी). रुज

डी). व्हाईटिंग

प्र 27. आकृतीत दाखवल्याप्रमाणे जिग ओळखा -

अ). घन जिग

ब). पोस्ट जिग

सी). Trunnion जिग

डी). बॉक्स जिग

Q 28. पाईप बेंडिंग मशिनमध्ये, इनर फॉर्मर्स, लीव्हर, लॉक नटसह ॲडजस्टिंग स्क्रू आणि पाईप गाइड हे ________ चे भाग आहेत.

अ). बेंचप्रकारहातानेचालवलेलापाईपबेंडर

ब). पोर्टेबल हाताने चालवलेला पाईप बेंडर

सी). हायड्रॉलिक बेंडिंग मशीन

डी). यापैकी एकही नाही

प्रश्न 30. फास्टनर्स जोडण्यासाठी कोणत्या प्रकारचे वेल्डिंग मोठ्या प्रमाणावर वापरले जाते

संरचनात्मक सदस्य

अ). स्पॉट वेल्डिंग

ब). शिवण वेल्डिंग

सी). प्रोजेक्शनवेल्डिंग

डी). फ्लॅश बट वेल्डिंग

प्रश्न 31. CO2 वेल्डिंगसाठी खालीलपैकी कोणते उपकरणे आणि उपकरणे वापरली जात नाहीत

अ). वायर रील

ब). वाहिनी रेखीय

सी). सक्तीचीयंत्रणा

डी). वायर फीड ड्राइव्ह मोटर

प्रश्न 32. CO2 वेल्डिंग प्रक्रिया ___________ वेल्डिंगसाठी वापरली जाऊ शकत नाही.

अ). सिलिकॉन

ब). ॲल्युमिनियम

सी). जस्त

डी). तांबे

Q 33. खालीलपैकी कोणता वायू संरक्षण म्हणून आर्गॉनचा फायदा नाही

अ). कमी चाप व्होल्टेज

ब). सोपे चाप सुरू

सी). लहानउष्णताप्रभावितझोन

डी). कमी गॅस खंड

प्र 34. एअर प्लाझ्मा कटिंगमध्ये, __________ इलेक्ट्रोडचा वापर केला जातो जेथे कोरडी, स्वच्छ संकुचित हवा कटिंग गॅस म्हणून वापरली जाते.

अ). टंगस्टन

ब). आर्गॉन

सी). हेलियम

डी). झिर्कोनियम

प्रश्न 35. ऑटोकॅड 2008 च्या समन्वय प्रणालीमध्ये

अ). सकारात्मक X आकडेउजवीकडेआहेत

ब). सकारात्मक X आकडे डावीकडे आहेत

सी). सकारात्मक आकृत्या अनुलंब वरच्या दिशेने आहेत

डी). सकारात्मक आकडे अनुलंब खाली दिशेने आहेत

प्रश्न 36. पाण्याचा वापर __________ विझवण्यासाठी केला जातो.

अ). वर्ग-अआग

ब). वर्ग-ब आग

सी). वर्ग-सी आग

डी). वर्ग-डी आग

प्रश्न 39. गॅल्वनाइजिंग म्हणजे काय

अ). गरमबुडवूनझिंकलेपकरण्याचीप्रक्रिया

ब). जस्त प्रसार प्रक्रिया

सी). स्टीलवर पातळ फॉस्फेट लेप तयार करण्यासाठी वापरली जाणारी प्रक्रिया

डी). या सर्व

प्रश्न 40. शीट मेटल जॉइंटमध्ये छप्पर आणि पॅनेलिंगसाठी कोणता सीम वापरला जातो

अ). दुहेरीखोबणीशिवण

ब). लॅप शिवण

सी). दुहेरी शिवण

डी). खोबणी शिवण

Q 41. इच्छित वस्तू तयार करण्यासाठी अचूक आकार आणि आकारात कापलेल्या सामग्रीला __________ म्हणतात.

अ). नमुना

ब). टेम्पलेट्स

सी). ताण देणे

डी). विकास

Q 42. ______________ हा शब्द आकारात तयार होण्यापूर्वी धातूच्या सपाट तुकड्यांच्या आकारांना सूचित करतो.

अ). ताणदेणे

ब). मुक्त हात स्केच

सी). खरा आकार

डी). पृष्ठभागाचा विकास

प्रश्न 43. समांतर रेषा पद्धतीने खालीलपैकी कोणते शक्य नाही

अ). <u>पिरॅमिड</u>

ब). घन

सी). प्रिझम

डी). सिलेंडर

Q 44. खालीलपैकी कोणती पृष्ठभागाचे विभाजन करण्याची पद्धत आहे ट्रेंगल्स मध्ये ऑब्जेक्ट

अ). <u>त्रिकोणीपद्धत</u>

ब). भौमितिक बांधकाम पद्धती

सी). समांतर रेषा पद्धत

डी). रेडियल लाइन पद्धत

Q 45. कोणत्या प्रकारच्या पंचांमध्ये पोकळ क्रॉस-सेक्शन आहे

अ). <u>पोकळठोसा</u>

ब). ठोस ठोसा

सी). क्रमांक पंच

डी). पत्र पंच

Q 46. जड संरचनात्मक कामात कोणत्या प्रकारचा रिवेट वापरला जातो

अ). <u>पॅनहेडरिव्हेट</u>

ब). स्नॅप हेड रिव्हेट

सी). काउंटर बुडलेली रिवेट

डी). शंकूच्या आकाराचे डोके रिव्हेट

Q 47. आकृतीमध्ये दर्शविल्याप्रमाणे रिव्हेट ओळखा

अ). <u>पॅनडोके</u>

ब). काउंटरस्कंक डोके

सी). स्नॅप डोके

डी). अळंबीचा वरचा भाग

Q 48. सरकारी क्लिपला कधीकधी __________ असेही म्हणतात

अ). <u>कपकिंवापॉकेटक्लिप</u>

ब). नेलिंग क्लिप

सी). ड्राइव्ह क्लिप

डी). एस-क्लिप

Q 49. कोणत्या क्लिपचा वापर सामान्यतः नलिकांवर क्रॉस सीम जोडण्यासाठी केला जातो

अ). <u>ड्राइव्हक्लिप</u>

ब). एस-क्लिप

सी). सरकारी क्लिप

डी). नेलिंग क्लिप

प्रश्न 50. खालीलपैकी कोणते सोल्डर तांबे, कथील, चांदी, जस्त, कॅडमियम आणि फॉस्फरस यांचे मिश्रधातू आहे

अ). <u>हार्डसोल्डर</u>

ब). मऊ सोल्डर

सी). मध्यम सोल्डर

डी). झिंक सोल्डर

95] दिलेल्या लांबीच्या धातूच्या ताराचे क्षेत्रफळ दुप्पट असल्यास, त्याची प्रतिकारशक्ती...

अ] दुप्पट व्हा

ब] <u>अर्धवटकरणे</u>

क] तसाच राहतो

ड] चार पट अधिक असू द्या

96].खालीलपैकी फक्त एक रेझिस्टन्स वायर मानली जाते

अ] सोने

ब] चांदी

क] <u>निक्रोम</u>

ड] तांबे

97] जेव्हा विरुद्ध ध्रुवीयतेच्या इलेक्ट्रोड्समधील हवा बनते तेव्हा आर्क गरम होते.

अ] ओलावलेला

ब] कोरडे

क] <u>आयनीकृत</u>

D] वरीलपैकी काहीही नाही

98] भट्टीचे तापमान मोजण्यासाठी वापरले जाणारे मीटर...

अ] हायड्रोमीटर

ब] <u>पायरोमीटर</u>

क] हायग्रोमीटर

ड] टॅकोमीटर

99] इलेक्ट्रोलाइटच्या बाबतीत तापमानात वाढ होते...

अ] <u>प्रतिकारशक्तीकमीहोणे</u>

ब] प्रतिकारशक्ती वाढणे

सी] प्रतिकार मध्ये कोणताही बदल नाही

D] वरीलपैकी काहीही नाही

100] कंडक्टरमध्ये विकसित होणारी उष्णता याच्या प्रमाणात असते...

अ] शक्तीचा वर्ग

ब] प्रतिकाराचा चौरस

C] प्रवाहाचावर्ग

ड] वेळेचा वर्ग

101] खाली दिलेल्या चार धातू/मिश्रधातूंपैकी, तापमान बदलासाठी प्रतिकारशक्तीमध्ये जवळजवळ कोणताही बदल होत नाही...

अ] निकेल

ब] निक्रोम

क] प्लॅटिनम

ड] मँगॅनिन

102] चुंबकाने किंचित मागे टाकलेल्या पदार्थाला म्हणतात ...

अ] चुंबकीय

ब] पॅरामॅग्नेटिक

क] डायमॅग्नेटिक

ड] फेरोमॅग्नेटिक

103] ज्या सामग्रीचे चुंबकीकरण अगदी थोडेसे केले जाऊ शकते त्याला म्हणतात...

अ] चुंबकीय

ब] पॅरामॅग्नेटिक

क] डायमॅग्नेटिक

ड] फेरोमॅग्नेटिक

104] सहज चुंबकीकरण करून अतिशय मजबूत चुंबक बनविणाऱ्या पदार्थांना...

अ] फेरोमॅग्नेटिक

ब] डायमॅग्नेटिक

क] पॅरामॅग्नेटिक

ड] कायम चुंबकीय

105] उच्च धारणाक्षमता असलेला पदार्थ उत्पादनासाठी वापरला जाऊ शकतो ...

अ] इलेक्ट्रोमॅग्नेट्स

ब] कायमचुंबक

C] तात्पुरते चुंबक

ड] परमचुंबक

106] कमी धारणक्षमता असलेला पदार्थ उत्पादनासाठी वापरला जाऊ शकतो ...

अ] इलेक्ट्रोमॅग्नेट्स

ब] कायम चुंबक

क] बार चुंबक

ड] परमचुंबक

107] इंडक्टन्सचे चिन्ह आहे ...

अ] एच

ब] मी

क] <u>एल</u>

ड] एक्स

108] ट्यूब लॅम्प चोक हे याचे उत्तम उदाहरण आहे...

अ] ओपन सर्किट केलेले

ब] <u>शॉर्टसर्किटझाले</u>

क] ग्राउंड केलेले

D] तटस्थ रेषेशी जोडलेले

109] ट्यूब लाईट सर्किटमध्ये चोकचे प्रारंभिक कार्य म्हणजे...

अ] प्रारंभ करंट मर्यादित करा

ब] <u>उच्चव्होल्टेजप्रेरितकरा</u>

C] फिलामेंट गरम करा

D] सुरू केल्यानंतर विद्युत् प्रवाह मर्यादित करा

110] ट्यूब लाईट सर्किटमधील चोकचे दुसरे कार्य म्हणजे...

अ] प्रारंभ करंट मर्यादित करा

ब] उच्च व्होल्टेज प्रेरित करा

C] फिलामेंट गरम करा

D] <u>सुरूकेल्यानंतरविद्युतप्रवाहमर्यादितकरा</u>

111] पासून लाटेची नियतकालिक वेळ 2ms आहे] वारंवारता मोजा

A] 50 HZ

ब] 5 HZ

C] <u>500HZ</u>

ड] 5 KHZ

112] 220 व्होल्ट्सच्या प्रभावी मूल्यासह साइन-वेव्हचे शिखर मोठेपणा किती मोठे आहे?

अ] <u>311 व्ही</u>

ब] 380 व्ही

क] 400 व्ही

ड] ४४० व्ही

113] पीक-टू-पीक व्होल्टेज 99V आहे] साइन वेव्हचे प्रभावी मूल्य किती मोठे आहे?

अ] 70 वी

ब] 44.5V

क] 49.5 व्ही

ड] <u>35 व्ही</u>

114] एक हलणारी कॉइल व्होल्टमीटर 10 V AC वाचतो] प्रभावी व्होल्टेज किती मोठा आहे?

अ] उच्च

ब] कमी

क] <u>समान</u>

ड] 10% जास्त

115] एक हलणारे लोह ammeter 10 A वाचते] दोलनाचा शिखर प्रवाह किती मोठा आहे?

अ] ७.०७ अ

ब] 1.1414A

क] ७०.७ अ

ड] <u>14.1 अ</u>

116] 2 amps चा विद्युत् प्रवाह 10 ohms च्या resistance मधून वाहतो] resistance मध्ये dissipated power is equal...

अ] 20 वॅट्स

ब] 200 वॅट्स

C] <u>40 वॅट्स</u>

ड] 5 वॅट्स

117] व्होल्टेज स्थिर ठेवून वारंवारता 50 HZ वरून 100 HZ पर्यंत बदलल्यास, पुरवठ्याशी जोडलेल्या कॉइलची प्रेरक अभिक्रिया...

अ] समान राहते

ब] अर्धा होणे

क] <u>दुप्पटहोतात</u>

ड] 4 वेळा होतात

118] क्षमता प्रभावित होत नाही ...

अ] प्लेट क्षेत्र

ब] प्लेट्समधील अंतर

क] द्वंद्वात्मक साहित्य

ड] <u>वारंवारता</u>

119] कॅपेसिटरची कॅपेसिटिव्ह प्रतिक्रिया बदलते...

अ] थेट वारंवारता सह

ब] <u>वारंवारतेसहउलट</u>

सी] थेट लागू व्होल्टेजसह

डी] लागू व्होल्टेजसह उलट

120] एका कॅपेसिटरला 6 व्होल्ट्स लावल्यावर 3 कूलॉम्ब चार्ज प्राप्त होतो] त्याची कॅपॅसिटन्स आहे ...

अ]<u>०.५फॅराड</u>

ब] 3 फराद

क] 3 फराद

ड] 18 फराद

121] एक कॅपेसिटर 200 व्होल्ट एसी लाईनवर जोडलेला असतो, त्याची किमान व्होल्टेज रेटिंग असावी...

अ] 100 व्होल्ट

ब] 200 व्होल्ट

C] <u>300 व्होल्ट</u>

ड] 400 व्होल्ट

122] ओममीटरने कॅपेसिटरची चाचणी करताना, मीटर काही प्रतिकार दर्शवतो] चाचणी अंतर्गत कॅपेसिटर आहे...

अ]<u>गळती</u>

ब] उघडा

क] चांगले

ड] लहान

123] 80 मायक्रो फॅराड कॅपेसिटरसह मालिकेत जोडलेल्या 40 मायक्रो फॅराड कॅपेसिटरची एकूण कॅपेसिटन्स आहे...

अ] <u>26.7 मायक्रोफॅराड</u>

ब] 40 मायक्रो फॅराड

C] 60.6 मायक्रो फॅराड

ड] 120 मायक्रो फॅरड

124] 3 मायक्रो फॅराड कॅपेसिटरपैकी 3 नग मधून 1 मायक्रो फॅराड कॅपेसिटर मिळविण्यासाठी आपल्याला कनेक्ट करावे लागेल ...

अ] सर्व समांतर

ब] <u>सर्वमालिका</u>

C] 2 मालिका आणि एक समांतर

D] वरीलपैकी काहीही नाही

125] R आणि C असलेल्या AC मालिकेतील सर्किटमध्ये कॅपेसिटरमधून वाहणारा विद्युतप्रवाह असेल...

अ] व्होल्टेज मागे पडणे

ब] व्होल्टेजअग्रगण्य

सी] व्होल्टेजसह टप्प्यात

D] वरीलपैकी काहीही नाही

126] आरसी सिरीज सर्किटमध्ये पुरवठ्याची वारंवारता वाढल्यास कॅपेसिटिव्ह रिऍक्टन्स असेल

अ] कमीकेले

ब] वाढले

क] कोणताही परिणाम होत नाही

D] वरीलपैकी काहीही नाही

127] पॉवर कंपन्यांना पॉवर फॅक्टरमध्ये सुधारणा करण्यात रस आहे

अ] रेषाप्रवाहकमीकरा

ब] मोटर कार्यक्षमता वाढवा

C] व्होल्ट-अँपिअर वाढवा

ड] शक्ती कमी करणे

128] कॅपेसिटर AC मोटर लोडचे पॉवर फॅक्टर मूल्य वाढवते जेव्हा ते जोडलेले असते...

अ] मोटरसह मालिकेत

ब] स्टार्टरसह मालिकेत

C]मोटरच्यासमांतर

डी] मुख्य वळण असलेल्या मालिकेत

129] सामान्यतः, इनॅन्डेन्सेंट लाइटिंग सर्किटचा पॉवर फॅक्टर असतो..

अ] ०

ब] ०.५

क] ०.७०७

ड] १.०

130] जेव्हा आरएलसी मालिका सर्किटमध्ये विद्युतप्रवाह निश्चित करण्यासाठी एकट्या प्रतिकाराचा वापर केला जातो, तेव्हा सर्किट...

अ] एक प्रेरक सर्किट

ब] एक कॅपेसिटिव्ह सर्किट

क] एक संयोजन सर्किट

डी] एकरेझोनंटसर्किट

131] प्रेरक प्रतिक्रिया थेट संबंधित आहे..

अ] प्रतिकार
ब] वारंवारता
क] कॅपेसिटन्स
ड] शक्ती
132] पॉवर फॅक्टर सुधारण्यासाठी सिंक्रोनस मोटर वापरली जाते तेव्हा ...
अ] उत्तेजित
ब] अतिउत्साहीत
क] भारित
ड] लोड न करता धावणे
133] RL समांतर सर्किटमध्ये, एकूण विद्युत् प्रवाहाच्या विरोधाला...
अ] प्रतिक्रिया
ब] प्रतिकार
C] सदिश बेरीज
ड] प्रतिबाधा
134] AC समांतर RL सर्किटमध्ये, पॉवर येथे विसर्जित होते
अ] प्रतिबाधा
ब] प्रतिकार
क] अधिष्ठाता
ड] कॅपेसिटन्स
135] कार्बन झिंक सेलचे नाममात्र आउटपुट व्होल्टेज किती आहे?
A] 12V
ब] 1.5V
C] 2.0V
D] 2.2V
136] सेल या मालिकेत जोडलेले आहेत..
अ] आउटपुटव्होल्टेजवाढवा
B] आउटपुट व्होल्टेज कमी करते
C] अंतर्गत प्रतिकार कमी करा
ड] वर्तमान क्षमता वाढवा
54137 मध्ये कनेक्ट केले
अ] मालिका
ब] समांतर
क] मालिका-समांतर
ड] समांतर-मालिका
138] सेलची क्षमता मोजली जाते

अ] वॅट-तास

ब] वॅट्स

क] अँपिअर

ड] <u>अँपिअर-तास</u>

139] सर्वात कमी शेल्फ लाइफ असलेली प्राथमिक सेल आहे

अ] <u>कार्बन – जस्त</u>

ब] अल्कधर्मी

क] पारा

ड] लिथियम

140] ज्या सेलमध्ये दिलेल्या वजनासाठी किंवा व्हॉल्यूमसाठी खूप जास्त ऊर्जा घनता असते

अ] कार्बन-जस्त

ब] अल्कधर्मी

क] पारा

D <u>]लिथियम</u>

141] 100-Ah क्षमतेच्या बॅटरीने अंदाजे...

अ] <u>12 ता</u>

ब] 8 ता

क] 20 ता

ड] 100 ता

142] जेव्हा बॅटरी जास्त काळ निष्क्रिय ठेवण्याची गरज असते तेव्हा...

अ] बॅटरी जास्त चार्ज करा

ब] इलेक्ट्रोलाइट काढून टाका

क] प्लेट्स डिस्टिल्ड वॉटरने स्वच्छ करा

D] <u>त्यांनावाळवाआणिबॅटरीथंडकोरड्यास्वच्छठिकाणीसाठवा</u>

143] निकेल आयर्न सेलचे सक्रिय पदार्थ आहेत...

अ] निकेल हायड्रॉक्साइड

ब] चूर्ण केलेले लोह आणि त्याचे ऑक्साईड

क] कॉस्टिक पोटॅशचे 21% द्रावण

ड] <u>वरीलसर्वसाहित्य</u>

144] सेलची क्षमता मोजली जाते

अ] वॅट तास

ब] वॅट्स

क] अँपिअर

ड] <u>अँपिअर-तास</u>

145] दुय्यम सेल चार्ज करण्यासाठी, प्रणाली वापरली जाते

अ] कमी व्होल्टेज एसी

ब] उच्च व्होल्टेज एसी

क] एसी

ड] <u>डीसी</u>

146] सामान्य औद्योगिक पुरवठा प्रणालीतील टप्प्यांची संख्या किती आहे?

अ] एक

ब] <u>तीन</u>

क] चार

ड] दोन

147] 3 फेज स्टार कनेक्ट अल्टरनेटरमध्ये, कॉइलमध्ये फेज फरक असतो ...

अ] <u>120◦</u>

ब] 240◦

क] 60◦

ड] 360◦

148] डेल्टा कनेक्शन खालीलपैकी कोणतेही वापरले जात नाही

अ] ट्रान्समिशन लाइन ट्रान्सफॉर्मरचे प्राथमिक

ब] अल्टरनेटर विंडिंग

C] वितरण ट्रान्सफॉर्मरचे दुय्यम

डी] <u>वितरणट्रान्सफॉर्मरचेप्राथमिक</u>

149] 3-फेज असंतुलित भार प्रणालीमध्ये शक्ती मोजण्यासाठी कोणती पद्धत वापरली जाऊ शकते?

अ] एक वॉटमीटर पद्धत

ब <u>]टोवॅटमीटरपद्धत</u>

क] तीन वॅटमीटर पद्धत

ड] तीन ammeter पद्धत

150] 3-फेज, 3 वायर सिस्टममध्ये 3-हॅस पॉवर मोजण्यासाठी दोन वॅटमीटर वापरले जाऊ शकतात ...

अ] संतुलित भार

ब] असंतुलित भार

C] <u>संतुलिततसेचअसंतुलितभार</u>

ड] संतुलित भार बाहेर

151] जेव्हा लोड असेल तेव्हाच 3-फेज सिस्टीममध्ये वीज मोजण्यासाठी एकल वॉटमीटरचा वापर केला जाऊ शकतो.

अ] संतुलित

ब] असंतुलित

C] संतुलित तसेच असंतुलित भार

ड] स्थिर

152] सूचक साधनामध्ये पॉइंटरची हालचाल निर्माण करणारे बल म्हणतात...

अ] विक्षेपणशक्ती

ब] नियंत्रण शक्ती

क] ओलसर बल

ड] विचलित करणारी शक्ती

153] कायम चुंबक हलवणारे कॉइल इन्स्ट्रुमेंट वाचेल...

अ] फक्त एसी परिमाण

ब] फक्त DC प्रमाण

C] AC आणि DC दोन्ही प्रमाण

ड] धडधडणारे प्रमाण

154] गुरुत्वाकर्षण नियंत्रण वापरणारे साधन.. मध्ये वापरले तर ते बरोबर वाचेल.

अ] फक्तउभ्यास्थितीत

ब] फक्त क्षैतिज स्थिती

C] फक्त झुकलेली स्थिती

ड] कोणतेही पद

155] कायमस्वरूपी चुंबक हलवणाऱ्या कॉइल इन्स्ट्रुमेंटमध्ये खालीलपैकी कोणती ओलसर पद्धत वापरली जाते?

अ] हवा ओलावणे

ब] द्रवपदार्थ ओलावणे

क] स्प्रिंग ओलसर

ड] एडीकरंटडॅम्पिंग

156] मूव्हिंग कॉइल इन्स्ट्रुमेंट ... च्या प्रभावावर कार्य करते.

अ] रासायनिक प्रभाव

ब] हीटिंग इफेक्ट

सी] इलेक्ट्रोस्टॅटिक प्रभाव

ड] इलेक्ट्रोमॅग्नेटिकप्रभाव

157] विद्युत उर्जा मोजण्यासाठी तुमच्या घरी बसवलेले मीटर हे याचे उदाहरण आहे...

अ] संकेत प्रकार साधन

ब] रेकॉर्डिंग प्रकार साधन

C] सूचितकरणारेतसेचरेकॉर्डिंगप्रकाराचेसाधन

ड] इंटिग्रेटिंग टाईप इन्स्ड्रुमेंट

158]. कायम चुंबकासाठी खालीलपैकी कोणत्या साहित्याला प्राधान्य दिले जाते?

अ] अल्निको

ब] य-मिश्रधातू

C] सिलिकॉन स्टील

1. ट्रान्झिस्टरमध्ये .... असतो

अ] एक pn जंक्शन

ब] दोन pn जंक्शन

C] तीन pn जंक्शन

ड] चार pn जंक्शन

2. ट्रान्झिस्टरमधील क्षीण थरांची संख्या .... आहे.

अ] चार

ब] तीन

सुळका

ड] दोन

3. ट्रान्झिस्टरचा पाया .... डोप केलेला असतो

अ] भारी

ब] माफक प्रमाणात

क] हलके

D] वरीलपैकी काहीही नाही

4. ट्रान्झिस्टरमध्ये सर्वात मोठा आकार असणारा घटक म्हणजे ....

अ] संग्राहक

ब] आधार

क] उत्सर्जक

ड] कलेक्टर-बेस-जंक्शन

5. pnp ट्रान्झिस्टरमध्ये, वर्तमान वाहक .... आहेत.

अ] स्वीकारणारा आयन

ब] दाता आयन

C] मुक्त इलेक्ट्रॉन

ड] छिद्र

6. ट्रान्झिस्टरचा संग्राहक .... आहे. डोप केलेले

अ] भारी

ब] <u>माफकप्रमाणात</u>

क] हलके

D] वरीलपैकी काहीही नाही

7. ट्रान्झिस्टर हे .... ऑपरेट केलेले उपकरण आहे

अ] <u>प्रवाह</u>

ब] व्होल्टेज

C] व्होल्टेज आणि करंट दोन्ही

D] वरीलपैकी काहीही नाही

8. एनपीएन ट्रान्झिस्टरमध्ये, ... अल्पसंख्याक वाहक आहेत

अ] मुक्त इलेक्ट्रॉन

ब] <u>छिद्र</u>

क] दाता आयन

डी] स्वीकारणारा आयन

9. ट्रान्झिस्टरचा उत्सर्जक .... डोप केलेला असतो

अ] हलकेच

ब] <u>भारी</u>

क] माफक प्रमाणात

D] वरीलपैकी काहीही नाही

10. ट्रान्झिस्टरमध्ये, बेस करंट हा एमिटर करंटच्या .... इतका असतो

अ] २५%

ब] २०%

क] ३५%

ड] <u>५%</u>

11. ट्रान्झिस्टरच्या बेस-एमिटर जंक्शन्सवर, एखाद्याला .... आढळते.

अ] एक उलट पूर्वाग्रह

ब] एक विस्तृत क्षीणता थर

क] <u>कमीप्रतिकार</u>

D] वरीलपैकी काहीही नाही

12. ट्रान्झिस्टरचा इनपुट प्रतिबाधा .... आहे.

उंच

ब] <u>कमी</u>

क] खूप उच्च

ड] जवळजवळ शून्य

13. एमिटर मधील बहुतेक बहुसंख्य वाहक ....

अ] बेसमध्ये पुन्हा एकत्र करा

ब] एमिटरमध्ये पुन्हा एकत्र करा

क] <u>बेसप्रदेशातूनकलेक्टरकडेजा</u>

D] वरीलपैकी काहीही नाही

14. वर्तमान IB .... आहे.

अ] <u>इलेक्ट्रॉनप्रवाह</u>

ब] भोक प्रवाह

C] दाता आयन करंट

डी] स्वीकारणारा आयन प्रवाह

15. ट्रान्झिस्टरमध्ये ....

A] IC = IE + IB

B] IB = IC + IE

C] IE = IC – IB

D] <u>IE = IC + IB</u>

16. ट्रान्झिस्टरचे a चे मूल्य .... आहे.

अ] १ पेक्षा जास्त

ब] <u>१पेक्षाकमी</u>

क] १

D] वरीलपैकी काहीही नाही

17. IC = aIE + ...

A] IB

ब] आयसीईओ

C] <u>ICBO</u>

ड] ßIB

18. ट्रान्झिस्टरचा आउटपुट प्रतिबाधा .... आहे.

अ] <u>उच्च</u>

ब] शून्य

क] कमी

ड] खूप कमी

19. टॅन्सिस्टरमध्ये, IC = 100 mA आणि IE = 100.2 mA. ß चे मूल्य ....

अ] 100

ब] 50

क] सुमारे १

ड] <u>200</u>

20. ट्रान्झिस्टरमध्ये जर ß = 100 आणि कलेक्टर करंट 10 mA असेल, तर IE

आहे ....
A] 100 mA
ब] 100.1 mA
C] 110 mA
D] वरीलपैकी काहीही नाही
२१. ß आणि a मधील संबंध .... आहे.
A] ß = 1 / (1 – a)
B] ß = (1 – a) / a
C] ß = a / (1 – a)
D] ß = a / (1 + a)
22. ट्रान्झिस्टरसाठी ß चे मूल्य साधारणपणे .... असते.
अ] 1 पेक्षा कमी
ब] 20 ते 500 दरम्यान
क] ५००च्यावर
23. सर्वात जास्त वापरलेली ट्रान्झिस्टर व्यवस्था .... व्यवस्था आहे
अ] सामान्यउत्सर्जक
ब] सामान्य आधार
क] सामान्य संग्राहक
D] वरीलपैकी काहीही नाही
24. .... व्यवस्था मध्ये जोडलेल्या ट्रान्झिस्टरचा इनपुट प्रतिबाधा सर्वोच्च आहे
अ] सामान्य उत्सर्जक
ब] सामान्यसंग्राहक
क] सामान्य आधार
D] वरीलपैकी काहीही नाही
25. .... मध्ये जोडलेल्या ट्रान्झिस्टरचा आउटपुट प्रतिबाधा.
अ] व्यवस्था सर्वोच्च आहे
ब] सामान्य उत्सर्जक
क] सामान्यसंग्राहक
ड] सामान्य आधार
वरीलपैकी काहीही नाही
26. a मधील इनपुट आणि आउटपुट व्होल्टेजमधील फेज फरक
सामान्य आधार व्यवस्था .... आहे.
अ] 180 ओ
ब] 90 ओ

C] 270o

D] 0o

27. .... मध्ये जोडलेल्या ट्रान्झिस्टरमधील पॉवर गेन. व्यवस्था सर्वोच्च आहे

अ] सामान्यउत्सर्जक

ब] सामान्य आधार

क] सामान्य संग्राहक

D] वरीलपैकी काहीही नाही

28. a च्या इनपुट आणि आउटपुट व्होल्टेजमधील फेज फरक
सामान्य उत्सर्जक व्यवस्थेत जोडलेले ट्रान्झिस्टर .... आहे.

A] 0o

ब] 180 ओ

C] 90o

D] 270o

29. .... मध्ये जोडलेल्या ट्रान्झिस्टरमधील व्होल्टेज वाढणे. व्यवस्था सर्वोच्च आहे

अ] सामान्य आधार

ब] सामान्य संग्राहक

C] सामान्यउत्सर्जक

D] वरीलपैकी काहीही नाही

30. ट्रान्झिस्टरचे तापमान जसजसे वाढते तसतसे बेस-एमिटर प्रतिरोध ....

अ] कमीहोते

ब] वाढते

क] तसाच राहतो

D] वरीलपैकी काहीही नाही

31. कॉमन कलेक्टरमध्ये जोडलेल्या ट्रान्झिस्टरचा व्होल्टेज वाढणे

अ] व्यवस्था आहे ....

ब] १ च्या समान

C] 10 पेक्षा जास्त

ड] 1 पेक्षाजास्त 100 कमी

32. कॉमन कलेक्टर व्यवस्थेमध्ये जोडलेल्या ट्रान्झिस्टरच्या इनपुट आणि आउटपुट व्होल्टेजमधील फेज फरक .... आहे.

अ] 180 ओ

ब] 0o

C] 90o

D] 270o

33. IC = ß IB + ...

अ] ICBO

ब] आयसी

क] <u>आयसीईओ</u>

डी] aIE

34. IC = [a / (1 – a)] IB + ...

अ] <u>आयसीईओ</u>

ब] ICBO

क] आयसी

D] (1 – a) IB

35. IC = [a / (1 – a)] IB + [........ / (1 – a)]

अ] <u>ICBO</u>

ब] आयसीईओ

क] आयसी

ड] IE

36. BC 147 ट्रान्झिस्टर असे दर्शवितो की ते ....पासून बनलेले आहे.

अ] जर्मेनियम

ब] <u>सिलिकॉन</u>

C] कार्बन

D] वरीलपैकी काहीही नाही

37. ICEO = (.........) ICBO

अ] ß1

ब] + अ

क] <u>1 + ß</u>

D] वरीलपैकी काहीही नाही

38. सीबी मोडमध्ये ट्रान्झिस्टर जोडलेले आहे. जर ते CE मोडमध्ये समान बायस व्होल्टेजसह कनेक्ट केलेले नसेल, तर IE, IB आणि IC ची मूल्ये .... होतील.

अ] <u>तसाचराहतो</u>

ब] वाढ

क] घट

D] वरीलपैकी काहीही नाही

39. a चे मूल्य 0.9 असल्यास, ß चे मूल्य .... आहे.

अ] ९

ब] ०.९

क] 900

ड] 90

40. ट्रान्झिस्टरमध्ये .... सर्किटमधून सिग्नल ट्रान्सफर केला जातो

अ] कमी प्रतिकार करण्यासाठी उच्च प्रतिकार

ब] उच्चप्रतिकारकरण्यासाठीकमीप्रतिकार

सी] उच्च प्रतिकार उच्च प्रतिकार

ड] कमी प्रतिकार कमी प्रतिकार

41. ट्रान्झिस्टरच्या चिन्हातील बाण दिशा दर्शवतो
च्या ....

अ] उत्सर्जक मध्ये इलेक्ट्रॉन प्रवाह

ब] संग्राहकामध्ये इलेक्ट्रॉन प्रवाह

C] उत्सर्जकमध्येछिद्रप्रवाह

ड] दाता आयन करंट

42. CE व्यवस्थेतील गळती करंट .... आहे. की सीबी व्यवस्थेत

अ] पेक्षाजास्त

ब] पेक्षा कमी

क] समान

D] वरीलपैकी काहीही नाही

43. सामान्यतः ट्रान्झिस्टरसह उष्मा सिंकचा वापर ....

अ] फॉरवर्ड करंट वाढवा

ब] फॉरवर्ड करंट कमी करा

C] अत्यधिक डोपिंगची भरपाई

डी] तापमानातजास्तवाढहोण्यासप्रतिबंधकरा

44. उत्पादनात सर्वाधिक वापरले जाणारे सेमीकंडक्टर a
ट्रान्झिस्टर आहे ....

अ] जर्मेनियम

ब] सिलिकॉन

C] कार्बन

D] वरीलपैकी काहीही नाही

45. ट्रान्झिस्टरमधील कलेक्टर-बेस जंक्शनमध्ये ....

अ] नेहमी फॉरवर्ड बायस

ब] नेहमीउलटपूर्वाग्रह

क] कमी प्रतिकार

D] वरीलपैकी काहीही नाही

40] डाव्या बाजूच्या वेल्डिंग तंत्रात वेल्डच्या रेषेपर्यंतच्या पाईपचा कोन...

अ] 40 ते 50◦

ब] 50 ते 60◦

क] <u>60 ते 70◦</u>

ड] 70 ते 80◦

41] 10mm MS प्लेट गॅस कापण्यासाठी ऍसिटिलीन वायूचा दाब...

A] <u>0.15 kgf/cm2</u>

B] 0.5 kgf/cm2

C] 1.0 kgf/cm2

D] 1.5 kgf/cm2

42] 10 मिमी जाड सौम्य स्टील कापण्यासाठी तुम्ही कोणत्या आकाराच्या कटिंग नोजलची निवड कराल?

अ] 0.8 मिमी

ब] <u>1.2 मिमी</u>

क] 1.6 मिमी

ड] 2.0 मिमी

43] उजवीकडील वेल्डिंग तंत्राच्या बाबतीत फिलर रॉडचा कोन आहे...

अ] 10 ते 20◦

ब] 20 ते 30◦

क] <u>30 ते 40◦</u>

ड] 40 ते 50◦

44] गॅस वेल्डिंगच्या उच्च दाब प्रणालीचा एक फायदा म्हणजे...

अ] ते स्वस्त आहे

ब] <u>तेपोर्टेबलआहे</u>

क] ते कमी धोकादायक आहे

ड] यासाठी कुशल वेल्डरची आवश्यकता नाही

45] एमएस शीट्सचे सोल्डरिंग तापमानात होते...

अ] 150◦C

ब] <u>250◦C</u>

C] 400◦C

ड] 850◦C

46] फोर्ज वेल्डिंग असे वर्गीकृत केले आहे ...

अ] दाबाशिवाय फ्यूजन वेल्डिंग

ब] <u>दाबासहफ्यूजनवेल्डिंग</u>

C] दबावाशिवाय नॉन-फ्यूजन वेल्डिंग

D] दबावासह नो-फ्यूजन वेल्डिंग

47] गॅस रेग्युलेटरचे कार्य आहे...

अ] विविध प्रकारच्या ज्वाला मिळवा

ब] वायू आवश्यक प्रमाणात मिसळा

C] ब्लो पाईपमध्ये वाहणाऱ्या वायूचे प्रमाण बदला

डी] कामाचादबावसेटकरा

48] लॅप फिलेट जॉइंटला उभ्या स्थितीत वायूद्वारे वेल्डिंगसाठी वेल्डच्या रेषेला खालील पाईपचा कोन किती असावा?

अ] 30° ते 40°

ब] 45° ते 50°

क] 60° ते 70°

ड] 75° ते 80°

49] दोषाचे नाव सांगा, ज्यामध्ये वेल्ड मेटल बेस मेटलच्या पृष्ठभागावर फ्यूज न करता वाहते.

अ] खड्डा

ब] ओव्हरलॅप

क] संलयनाचा अभाव

ड] जास्त बहिर्वक्रता

50] गॅस वेल्डिंगद्वारे 3.15 मिमी MS> शीटवर टी जॉइंट वेल्डिंग करताना दोन शीटमधील ब्लो पाईपचा कोन किती असावा?

अ] ३०°

ब] ४५°

क] 60°

ड] 80°

51] स्फोट टाळण्यासाठी एसिटिलीन वायू पास करण्यासाठी कोणत्या धातूच्या पाईपचा वापर करू नये?

अ] गॅल्वनाइज्ड लोह

ब] स्टेनलेस स्टील

क] सौम्य स्टील

ड] कूपर

52] ॲसिटिलीन वायूमध्ये कार्बनची टक्केवारी आहे...

अ] ९९%

ब] 92.3%

क] ८९.१%

ड] ८५.३%

53] ॲसिटिलीन वायूचा समावेश होतो

अ] कॅल्शियम, कार्बन आणि हायड्रोजन

ब] कॅल्शियम आणि हायड्रोजन

C] कॅल्शियम, कार्बन, हायड्रोजन आणि ऑक्सिजन

D] कार्बनआणिहायड्रोजन

54] एसिटिलीन प्युरिफायरमध्ये सल्फरेटेड आणि फॉस्फोरेटेड हायड्रोजन काढून टाकले जातात ...

अ] प्युमिस

ब] पाणी

क] फिल्टर लोकर

डी] शुद्धकरणारेरसायने

55]. हायड्रॉलिक बॅक प्रेशर व्हॉल्व्ह वापरले जाते...

अ] ऑक्सिजन वायूचा दाब वाढतो

ब] एसिटिलीन वायूचा दाब वाढतो

C] मागच्याआगीचाधोकाटाळा

ड] ऑक्सिजनचा दाब कमी होतो

56] MS पाईप एल्बो जॉइंटला 3WT सह वेल्ड करण्यासाठी आवश्यक नोझल आकार पूर्ण खोलीत फ्यूजन आणि चांगला प्रवेश मिळवण्यासाठी आहे...

अ] ५

ब] ७

क] १०

ड] १३

57] पाईप वेल्डिंगसाठी नोजलची निवड यावर अवलंबून असते ...

अ] खोबणीचा कोन

ब] वेल्डिंग स्थिती

क] पाईपभिंतीचीजाडी

डी] पाईपचा व्यास

58] गॅस वेल्डिंगमधील फ्लक्सचे एक कार्य म्हणजे...

अ] धातूचेऑक्साईडविरघळतात

ब] मानसिक वितळण्याचे बिंदू कमी करा

C] ज्वालाचे तापमान वाढवा

ड] मुळांचा प्रवेश वाढवा

59] कास्ट आयर्न वेल्डिंगसाठी सिंगल वीच्या वी ग्रूव्हचा कोन परंतु संयुक्त ...

अ] 60◦

ब] 70◦

क] 80◦

ड] 90◦

60] गॅस वेल्डिंगसाठी फ्लक्सची निवड खालीलपैकी कोणत्या घटकांवर अवलंबून असते?

अ] सामीलहोण्यासाठीसामग्रीचाप्रकार

ब] धार प्रवेशाचा प्रकार

C] इंधन वायूचा प्रकार

ड] ज्वालाचा प्रकार वापरला

61]. कांस्य वेल्ड 10 मिमी जाड कास्ट आयर्न जॉबसाठी नोजलचा आकार काय आहे?

अ] ५

ब] ७

क] १०

ड] १३

62] कास्ट आयर्नच्या कांस्य वेल्डिंगसाठी योग्य फिलर रॉड सांगा

अ] पितळ

ब] सिलिकॉनकांस्य

C] मँगनीज कांस्य

डी] सुपर सिलिकॉन कास्ट आयर्न

63] कास्ट आयर्नच्या कांस्य वेल्डिंगमध्ये, बेस मेटल तापमानापर्यंत गरम केले जाते ...

A] 300◦C

ब] 650◦C

C] 1000◦C

ड] 1300◦C

64] तांब्याच्या फ्यूजन वेल्डिंगसाठी वापरल्या जाणाऱ्या फिलर रॉडचे नाव सांगा

अ] मँगनीज ब्राँझ रॉड

ब] तांबेचांदीमिश्रधातुरॉड

C] सिलिकॉन ब्राँझ रॉड

ड] शुद्ध तांब्याची काठी

65] 300 मिमी लांब कॉपर बट जॉइंट गॅस वेल्डिंगसाठी आवश्यक विचलन भत्ता...

अ] 1 ते 2 मि.मी

ब] 2 ते 3 मि.मी

क] 3 ते 4 मि.मी

ड] 4 ते 5 मि.मी

66] 4 मिमी जाड कॉपर बट जॉइंट गॅस वेल्डिंगसाठी धार तयार करण्याचा प्रकार आहे ...

अ] सिंगल बेवेल

ब] <u>एकलव्ही</u>

क] दुहेरी व्ही

ड] चौरस

67] 3.15 मिमी जाडीच्या तांब्याच्या बट जॉइंटच्या कांस्य वेल्डिंगसाठी वापरल्या जाणाऱ्या नोजलचा आकार...

अ] ५

ब <u>]७</u>

क] १०

ड] १३

68] 3 मिमी जाड ब्रास शीटवर बट जॉइंट वेल्डिंगसाठी आवश्यक फिलर रॉड आकार सांगा

अ] 1.6 मिमी

ब] 2 मि.मी

क] 2.5 मिमी

ड] <u>3 मिमी</u>

६९] ३ मिमी जाड ब्रास शीट वेल्डिंगसाठी No] ३ नोझल वापरल्यास जो वेल्ड दोष निर्माण होईल त्याचे नाव द्या

अ] अंडरकट

ब] जाळणे

क] सच्छिद्रता

ड] <u>प्रवेशाचाअभाव</u>

70] गॅस वेल्ड करण्यासाठी वापरल्या जाणाऱ्या नोजलचा आकार 3.15 मिमी जाड ॲल्युमिनियम बट जॉइंट आहे ...

अ] १३

ब] १०

क] ७

ड] <u>5</u>

71] बट जॉइंट म्हणून 2 मिमी जाड स्टेनलेस स्टील शीट वेल्डिंगसाठी वापरल्या जाणाऱ्या नोजलचा आकार...

अ] २

ब] ३

क] ५

ड] ७

72] ॲल्युमिनियमच्या गॅस वेल्डिंगसाठी प्रीहिटिंग तापमानाचे मूल्य काय आहे?

A] 100 ते 120◦C

ब] <u>150 ते 180◦C</u>

C] 180 ते 200◦C

ड] 210 ते 250◦C

73] सोल्डरिंग ऑपरेशनमध्ये बेस मेटल...

अ] <u>गरमहोतनाही</u>

ब] 200◦C पर्यंत गरम केले जाते

C] 650◦C पर्यंत गरम

डी] लाल गरम स्थितीत गरम

74] भिन्न धातूंच्या वेल्डिंगसाठी, दोन्ही धातूंच्या खालील गुणधर्मांमध्ये विस्तृत फरक नसावा

अ] लवचिकता

ब] तन्य शक्ती

क] <u>थर्मलविस्तार</u>

ड] प्रतिरोधक पोशाख

75] MS] शीट्सच्या ब्रेझिंगसाठी वापरल्या जाणाऱ्या फ्लक्सचे नाव सांगा

अ] हायड्रोक्लोरिक आम्ल

ब] झिंक क्लोराईड

क] उंच राळ

ड] <u>बोरॅक्स</u>

76] प्रोग्रेसिव्ह गॉगिंगमध्ये 30◦ च्या सुरुवातीच्या कोनातून गॉगिंग टॉर्चचा कोन कोणत्या कोनात कमी केला जातो?

अ] 20 ते 25◦

ब] 15 ते 20◦

क] 10 ते 15◦

ड] <u>5 ते 10◦</u>

77] थर्मिट वेल्डिंगमध्ये वापरल्या जाणाऱ्या थर्मिट मिश्रणाला सुरुवातीच्या तापमानात प्रज्वलित केले जाऊ शकते.

A] 1500◦C

ब] <u>1200◦C</u>

C] 1000◦C

ड] 500◦C

78] शील्डेड मेटल आर्क वेल्डिंगचे वर्गीकरण प्रक्रिया अंतर्गत केले जाते ...

अ] इलेक्ट्रिक रेझिस्टन्स वेल्डिंग

ब] विशेष वेल्डिंग

C] <u>इलेक्ट्रिकआर्कवेल्डिंग</u>

ड] इलेक्ट्रो गॅस वेल्डिंग

79] इलेक्ट्रोड होल्डरचा आकार कसा सांगायचा?

अ] त्याच्या वजनाने

ब] त्याच्या आकारानुसार

C] <u>त्याच्यावर्तमानवहनक्षमतेनुसार</u>

ड] ते तयार करण्यासाठी वापरल्या जाणार्या धातूद्वारे

80] 3.15 मिमी मध्यम लेपित सौम्य स्टील इलेक्ट्रोडसाठी वर्तमान संच आहे...

A] 50 ते 80 amp

B <u>] 90 ते 120 amp</u>

C] 120 ते 150 amp

ड] 150 ते 170 amp

81] वेल्डेड करायच्या धातूंच्या पृष्ठभागावरील तेल, वंगण आणि रंग काढून टाकण्यासाठी तुम्ही साफसफाईची कोणती पद्धत वापराल?

अ] दाखल करणे

ब] वायर घासणे

क] थंड पाण्याने धुणे

डी] <u>पातळकेलेल्याहायड्रोक्लोरिकॲसिडचेसॉल्व्हेंट्सवापरणे</u>

82] इलेक्ट्रोड कोडिंग ER4211 मध्ये, क्रमांक 4211 चा तिसरा अंक दर्शवितो....

अ] वेल्डिंग करंट आणि व्होल्टेजची स्थिती

ब] वाढवणे आणि प्रभाव गुणधर्म

क] सांध्याची तन्य शक्ती

ड] <u>वेल्डिंगस्थिती</u>

83] एक लांब चाप वापरला जातो ...

अ] कमी हायड्रोजन इलेक्ट्रोडसह वेल्डिंग

ब] क्षैतिज स्थिती

C] <u>प्लगकिंवास्लॉटवेल्डिंग</u>

ड] कास्ट आयर्न वेल्डिंग

84] इलेक्ट्रोडचा प्रवास वेग जास्त असल्यास, टी फिलेट जॉइंटवर कोणत्या प्रकारचे वेल्ड दोष आढळतील?

अ] ओव्हरलॅप

ब] स्लॅग समावेश

C] जास्त मजबुतीकरण

ड] मुळांच्याप्रवेशाचाअभाव

85] कव्हरिंग/फायनल रनमध्ये इलेक्ट्रोडच्या अयोग्य विणकामामुळे लॅप फिलेट जॉइंटवर कोणता वेल्ड दोष आढळतो?

अ] तडा

ब] अंडरकट

क] संलयनाचा अभाव

D] प्लेटचीधारवितळली

86] लॅप फिलेट वेल्डमध्ये असमान मण्यांची उंची असते] या दोषाचे कारण काय आहे?

अ] उच्च प्रवाहाचा वापर

ब] कमीवेल्डिंगप्रवासगती

C] इलेक्ट्रोड विणकामासाठी मनगटाच्या हालचालीचा वापर

ड] उच्च वेल्डिंग प्रवास गती

87] मध्यम लेपित इलेक्ट्रोड तयार करण्यासाठी वापरला जाणारा कोटिंग घटक आहे...

अ] १.२५ ते ३

ब] १.४ते१.५

क] १.६ ते २.२

D] 2.2 च्या वर

88] कोणत्या प्रकारचे कोटेड इलेक्ट्रोड सामान्य उद्देशाच्या वेल्डिंगसाठी आणि ITIs मध्ये प्रशिक्षणासाठी वापरले जातात?

अ] बेसिक लेपित

ब] लोखंडी पावडर

C] सेल्युलोसिक

ड] रुटाइल

89] एक की-होल राखणे आणि एकाच व्ही बट जॉइंटमध्ये योग्य रूट अंतर वापरणे सुनिश्चित करेल ...

अ] आर्क ब्लो इफेक्ट कमी करणे

ब] जलद धातू साठा

क] योग्यरूटप्रवेश

ड] योग्य मजबुतीकरण

90] इलेक्ट्रोडला आडव्या स्थितीत जोडाच्या खालच्या पृष्ठभागासह कोणत्या कोनात धरायचे आहे?

अ] 60◦ ते 70◦

ब] <u>70◦ ते 80◦</u>

क] 80◦ ते 90◦

ड] 90◦ ते 100◦

Q 2) स्थिर दाबावर, वायूच्या तापमानाप्रमाणे आवाज बदलतो. हे विधान आहे......

1) बॉयलचा कायदा

२) <u>चार्ल्सलॉ</u>

3) जौल-थॉम्पसन प्रभाव

4) डाल्टनचा कायदा

प्र 3) एक टन रेफ्रिजरेशन = ...

1) 45.5 kcal मि.

2) <u>50.4 kcal मि.</u>

3) 44.5 kcal मि.

4) 66.5 kcal मि

Q 4) पदार्थाच्या एकक वस्तुमानाचे तापमान 1 अंश सेल्सिअस पर्यंत वाढवण्यासाठी लागणार्‍या उष्णतेचे प्रमाण.... म्हणतात.

1) <u>विशिष्टउष्णता</u>

२) संवेदनशील उष्णता

3) सुप्त उष्णता

4) सुपरहिट

Q 5) हवेची सापेक्ष आर्द्रता 100% असल्यास, बाष्पीभवनाचा दर ..... असेल.

1) उच्च

२) मध्यम

3) कमी

4) <u>शून्य</u>

प्र 6) केशिका नळी हे एक उपकरण आहे जे ....

1) रेफ्रिजरंटद्वारे वाहून नेलेली उष्णता काढून टाकते

२) <u>रेफ्रिजरंटलामीटर</u>

3) अतिरिक्त द्रव रेफ्रिजरंटसाठी जलाशय म्हणून कार्य करते

४) रेफ्रिजरंट पंप करते

प्र 7) रेफ्रिजरेशन सिस्टमचे हृदय .... आहे.

1) लिक्विड रिसीव्हर

2) थर्मोस्टॅट

3) कंप्रेसर

4) बाष्पीभवक

प्र 8) लिक्विड रेफ्रिजरंटमधील आर्द्रता काढून टाकण्यासाठी वापरल्या जाणाऱ्या ड्रायरला ...... चार्ज केले जाते.

1) सिलिकाजेल

2) कॅल्शियम कार्बाइड

3) क्ले शोषक

4) इथिलीन शोषक

प्र 9) यापैकी कोणता समुद्र नाही

1) सोडियम क्लोराईड

2) कॅल्शियम क्लोराईड

3) इथिलीन ग्लायकोल

4) वरीलपैकीकाहीहीनाही

प्र 10) मायक्रोमीटरमध्ये 0.02 मिमीची सकारात्मक त्रुटी आहे. जर ते 25.41 मिमी वाचत असेल, तर बरोबर वाचन आहे .....

1) 25.39 मिमी

2) 25.37 मिमी

3) 25.43 मिमी

4) 25.45 मिमी

Q 12) शीट मेटलची जाडी .... नावाच्या संख्यांच्या मालिकेद्वारे दर्शविली जाते.

1) मानक आकार

2) संख्या आकार

3) गेज

4) सामान्य आकार

प्र 13) वेल्डिंग इलेक्ट्रोड कोटिंगचे एक कार्य म्हणजे ....

1) वेल्डिंग करंट वाढवा

2) चापस्थिरकरा

3) गंजणे प्रतिबंधित करा

4) चाप तापमान नियंत्रित करा

प्रश्न 15) घरगुती रेफ्रिजरेटरचा बटर कंपार्टमेंट सामान्यतः स्थित असतो ......

1) कॅबिनेटच्या शीर्षस्थानी

2) कॅबिनेटच्या तळाशी

3) मध्यवर्ती उंचीवर

4) दारात

Q 16) बाष्पीभवनामध्ये बाष्पीभवन प्रक्रिया होते, ज्यामुळे .....

1) उष्णता जोडली जाते

२) उष्णतादूरहोते

3) दाब वाढतो

4) दाब कमी होतो

प्र 17) स्निप म्हणजे ....

1) मोजण्याचे साधन

२) मार्किंग टूल

3) कापण्याचेसाधन

4) सहाय्यक साधन

प्र 18) वारंवारतेचे एकक .... आहे.

1) महो

2) कुलॉम्ब

3) हर्ट्झ

4) टेस्ला

प्र 19) रेफ्रिजरेटरमध्ये वापरलेला कंप्रेसर .... आहे.

1) हर्मेटिकलीसीलबंदरेसिप्रोकेटिंगकॉम्प्रेसर

2) अर्ध-हर्मेटिकली सीलबंद रेसिप्रोकेटिंग कॉम्प्रेसर

3) ओपन टाइप कॉम्प्रेसर

4) केंद्रापसारक कंप्रेसर

प्रश्न 20) घरगुती रेफ्रिजरेटर .... वर काम करतो.

1) बाष्पसंक्षेपचक्र

2) बाष्प शोषण चक्र

3) ओटो सायकल

4) बाष्प संक्षेप किंवा वाष्प शोषण चक्र

प्रश्न २१) कोणते अधिक कार्यक्षम आहे - वॉटर कूल्ड किंवा एअर कूल्ड कंडेन्सर

1) हवा थंड

२) पाणीथंडझाले

3) दोन्ही समान कार्यक्षम आहेत

4) कोणतीही एक दुसऱ्यापेक्षा अधिक कार्यक्षम असू शकते

Q 22) ही इन्सुलेट सामग्रीची इष्ट गुणधर्म नाही.

1) पाण्याचा प्रतिकार

2) उच्चथर्मलचालकता

3) ज्वलनशील नाही

4) वजनाने हलके

प्र 23) विंडो एअर कंडिशनरच्या वापराविरुद्धच्या तक्रारींपैकी एक म्हणजे ती ....

1) महाग

2) स्थापित करणे कठीण

3) देखभाल करणे कठीण

4) गोंगाटकरणारा

Q 24) यापैकी कोणता स्प्लिट एअर कंडिशनरच्या बाहेरील युनिटचा भाग नाही

1) बाष्पीभवककॉइल

2) कंडेनसर कॉइल

3) कंप्रेसर

4) विस्तार कॉइल

प्र 25) रेफ्रिजरेशन सायकलमध्ये, रेफ्रिजरंटद्वारे उष्णता .... येथे नाकारली जाते.

1) कंडेनसर

2) बाष्पीभवक

3) कंप्रेसर

4) विस्तार झडप

Q 26) यापैकी कोणता अर्धवाहक आहे

1) सोने

२) शिसे

3) सिलिकॉन

4) प्लास्टिक

प्र 27) कूलिंग टॉवरमधील कूलिंग इफेक्ट .... ने वाढवता येतो.

1) ओल्या पृष्ठभागावर हवेचा वाढता वेग

2) बॅरोमेट्रिक दाब कमी करणे

3) हवेतील आर्द्रता कमी करणे

4) वरीलसर्व

Q 28) CRO देते ....

1) वास्तविक प्रतिनिधित्व

2) व्हिज्युअलप्रतिनिधित्व

3) अंदाजे प्रतिनिधित्व

4) चुकीचे प्रतिनिधित्व

प्र 29) इंटिग्रेटेड सर्किट्स साधारणपणे .... बनतात.

1) सिलिकॉन
2) जर्मेनियम
3) तांबे
4) ॲल्युमिनियम

Q 30) IC मधील सक्रिय घटक .... आहेत.
1) प्रतिरोधक
2) कॅपेसिटर
3) ट्रान्झिस्टरआणिडायोड
4) वरीलपैकी काहीही नाही

प्र 31) पाण्याची तात्पुरती कडकपणा .... द्वारे काढून टाकली जाते.
1) फिल्टरिंग
2) उकळणे
3) रासायनिक उपचार
4) वरीलपैकी काहीही नाही

Q 32) नैसर्गिक मसुदा कुलिंग टॉवर्स प्रामुख्याने .... मध्ये वापरले जातात.
1) स्टील प्लांट
२) पॉवरस्टेशन्स
3) खत वनस्पती
4) ॲल्युमिनिअम निर्मिती संयंत्रे

Q 33) मोठ्या वस्तू काढून टाकण्यासाठी पाण्याच्या पूर्व-उपचारात काय वापरले जाते
१) बॅक्टेरिया
२) तेल आणि वंगण
3) हवा
4) स्क्रीन

प्र 34) बाष्पीभवनामध्ये रेफ्रिजरंट .... वाजता प्रवेश करतो.
1) खूपकमीदाब
२) कमी दाब
3) मध्यम दाब
4) उच्च दाब

Q 35) मोठ्या रेफ्रिजरेशन आणि सेंट्रल एअर कंडिशनिंग सिस्टममध्ये वापरल्या जाणाऱ्या बाष्पीभवनाचा प्रकार आहे
1) शेलआणिट्यूबबाष्पीभवक
2) फिनन्ड बाष्पीभवक
3) प्लेट पृष्ठभाग बाष्पीभवक

4) बेअर ट्यूब बाष्पीभवक

प्र 36) बर्फाचे डबे उंचीने कमी का केले जातात?

१) वजन कमी करण्यासाठी

2) डंपिंगचीसोयकरणे

3) देखावा सुधारण्यासाठी

4) फॅब्रिकेशन सोपे करण्यासाठी

Q 37) सापेक्ष आर्द्रता मोजण्यासाठी वापरलेले साधन .... आहे.

1) बॅरोमीटर

२) सायक्रोमीटर

3) मॅनोमीटर

4) दाब मापक

Q 38) यांत्रिक रेफ्रिजरेशन युनिटच्या उच्च दाब बाजूच्या दाबाला म्हणतात

1) सक्शन प्रेशर

2) डिस्चार्जकिंवाडोकेदाब

3) विभेदक दाब _

4) पूर्ण दाब _

Q 42) ड्राय बल्ब तापमान (DBT) हे .... चे वास्तविक तापमान आहे.

१) ओलसरहवा

२) कोरडी हवा

3) कोरडा बर्फ

4) संतृप्त हवा

Q 43) AHU म्हणजे ....

1) एअरहँडलिंगयुनिट

2) एअर हीटिंग युनिट

3) एअर आर्द्रीकरण युनिट

4) यापैकी नाही

Q 44) रेफ्रिजरेशन वैद्यकीय उद्योगात ______________ साठी वापरले जाते

1) रक्तसाठवणे

२) पेट्रोलियम शुद्धीकरण

3) बर्फाचे उत्पादन

4) रॉकेट इंधनाचे उत्पादन

Q 46) सर्व्हिस व्हॉल्व्ह उघडण्यासाठी आणि बंद करण्यासाठी खालीलपैकी कोणते साधन वापरले जाते

1) दंडगोलाकारझडपकी

2) पिंचिंग टूल

3) पंच सेट

4) स्वॅगिंग टूल

Q 47) ____________ हे धातूचा पृष्ठभाग गुळगुळीत करण्यासाठी वापरण्यात येणारे कटिंग टूल आहे.

1) फाइल

2) हॅकसॉ

3) लेखक

4) ट्रॅमेल

Q 48) लाकडात खोल छिद्र पाडण्यासाठी यापैकी कोणता वापर केला जातो

1) गिमलेट

२) भागभांडवल

3) स्नॅप

4) मॅलेट

Q 49) खालीलपैकी कोणते उपकरण सर्किटमधील विद्युत प्रवाह मोजते

1) Ammeter

2) वॅटमीटर

3) व्होल्टमीटर

4) वॅट-तास मीटर

Q 50) ____________ हे इन्सुलेटर नाही.

1) युरेका

2) एस्बेस्टोस

3) इबोनाइट

4) काच

प्र ५१) प्रतिबाधाचे एकक ________________ आहे.

1) ओम

२) ओम-मीटर

3) हेन्री

4) फराद

Q 52) युनिव्हर्सल एसी मोटर __________ टॉर्क प्रदान करते आणि ___________ वेगाने चालते.

1) उच्च, उच्च

2) उच्च, कमी

3) कमी, उच्च

4) कमी, कमी

Q 53) खालीलपैकी कोणत्या ठिकाणी स्लिप रिंग मोटर्स वापरल्या जातात 1. प्लॅनर 2. क्रेन 3. लेथ 4. ग्राइंडर स्लॉटर खालील कोडमधून योग्य उत्तर निवडा.

1) 1,2

२) २,३

३) १,२,३

४) २,४

Q 54) ____________ हे प्रामुख्याने कंप्रेसरमध्ये वापरले जाते.

1) कॅपेसिटरस्टार्टकॅपेसिटररनमोटर

2) हिस्टेरेसिस मोटर

3) छायांकित पोल इंडक्शन मोटर

4) रिपल्शन मोटर _

Q 55) P-प्रकार सेमीकंडक्टर जर्मेनियमसह ____________ जोडून बनवता येत नाही.

1) आर्सेनिक

2) इंडियम

3) गॅलियम

4) बोरॉन

Q 56) लेझर डायोड ____________ मध्ये त्याचा उपयोग शोधतो

1) फायबरॲम्प्लिफायर

2) दूरदर्शन रिसीव्हर

3) रिमोट कंट्रोल्स

4) फोटो कंडक्टर

Q 58) रेफ्रिजरेशनसाठी वापरल्या जाणाऱ्या मशीनमध्ये चार्जर म्हणून यापैकी कोणता वापरला जातो

1) रेफ्रिजरंटअडॅप्टर

२) चार्जिंग मीटर

3) व्हॅक्यूम पंप

4) कंप्रेसर ऑइल चार्जिंग पंप

Q 59) वाष्प शोषण रेफ्रिजरेशनमध्ये, ______________ हे रेफ्रिजरेशनसाठी वापरले जाते.

1) उष्णताऊर्जा

2) यांत्रिक ऊर्जा

3) संभाव्य ऊर्जा

4) रासायनिक ऊर्जा

प्र 61) कॉम्प्रेसरचे कॉम्प्रेशन पद्धतीनुसार ____________ असे वर्गीकरण करता येत नाही.

1) मल्टीस्टेजकंप्रेसर

२) रेसिप्रोकेटिंग कंप्रेसर

3) फिरणारा कंप्रेसर

4) केंद्रापसारक कंप्रेसर

प्र 62) रेसिप्रोकेटिंग कॉम्प्रेसरच्या तुलनेत सेंट्रीफ्यूगल कंप्रेसरची कार्यक्षमता किती आहे

1) उच्च

2) कमी

3) समान

4) कमी किंवा समान

Q 63) खालीलपैकी कोणते कॉम्प्रेसर प्रामुख्याने रेफ्रिजरंट द्रवपदार्थासाठी सर्वात योग्य मानले जातात

1) स्क्रोलकंप्रेसर

2) हर्मेटिकली सीलबंद कंप्रेसर

3) स्वॅश प्लेट कॉम्प्रेसर

4) वॉबल प्लेट कॉम्प्रेसर

Q 64) ओले कॉम्प्रेशन____________ कॉम्प्रेसरची कार्यक्षमता.

1) वाढते

२) कमीहोते

3) अर्धे

4) वर कोणताही परिणाम होत नाही

Q 65) वॉटर कूल्ड कंडेन्सर्समध्ये एअर कूल्ड कंडेन्सरच्या तुलनेत ___________ उष्णता हस्तांतरण दर असतो.

1) उच्च

2) कमी

3) समान

4) कमी किंवा समान

प्र 66) यापैकी कोणते टाकीच्या आकाराचे उपकरण रेफ्रिजरेशनमध्ये लिक्विड रेफ्रिजरंट साठवण्यासाठी वापरले जाते

1) लिक्विडरिसीव्हर

2) कंडेनसर

3) कंप्रेसर ऑइल चार्जिंग पंप

4) बाष्पीभवक

प्र 67) कंप्रेसर रेफ्रिजरंटला उच्च दाबावर ____________ करण्यासाठी दाबतो

1) तापमानवाढवा

२) रेफ्रिजरंट गरम करा

3) तापमान कमी करा

४) रेफ्रिजरंट कंडेन्स करा

प्र 68) _______________ कंडेन्सरमध्ये हवा आणि पाणी दोन्ही शीतलक माध्यम म्हणून वापरले जातात.

1) बाष्पीभवन

2) शेल आणि ट्यूब

3) शेल आणि कॉइल

4) हवा थंड

Q 69) प्लेट पृष्ठभाग बाष्पीभवक ___________ मध्ये वापरले जात नाहीत

1) अन्नप्रक्रियाउद्योग

२) आईस्क्रीम कॅबिनेट -

3) घरगुती रेफ्रिजरेटर

4) फ्रीजर

Q 70) बाष्पीभवनातून मिळवलेल्या रेफ्रिजरंटमध्ये द्रव रेफ्रिजरंटचे प्रमाण कंडेन्सरमध्ये जाण्यापासून रोखण्यासाठी, ___________ बाष्पीभवक आणि कंप्रेसरमध्ये जोडलेले आहे.

1) संचयक

2) सुपरहीटर

3) बाटली कुलर

4) वॉटर कूलर

प्र 71) रिव्हर्स सायकल डीफ्रॉस्टिंगमध्ये, बाष्पीभवक ____________ सारखे कार्य करते.

1) कंडेनसर

2) बाष्पीभवक स्वतः

3) विस्तार झडप

4) संचयक

Q 72) स्वयंचलित विस्तार झडपा त्यांचा अनुप्रयोग कोठे शोधतात

1) घरगुतीरेफ्रिजरेटरमध्ये

2) अन्न प्रक्रिया युनिटमध्ये

3) एअर कंडिशनरमध्ये

4) आईस्क्रीम वनस्पतींमध्ये

Q 73) केशिका नळीचा दाब बदलणे हा केशिका नळीचा व्यास __________ आहे.

1) थेट प्रमाणात

2) च्याव्यस्तप्रमाणात

3) च्या वर्गाच्या थेट प्रमाणात

4) च्या वर्गाच्या व्यस्त प्रमाणात

Q 74) खालीलपैकी कोणते एअर कंडिशनिंग सिस्टममधील रेफ्रिजरंटमधून ओलावा काढून टाकते?

1) कोरडे

2) विस्तार झडप

3) कंडेनसर

4) केशिका नलिका

Q 75) यापैकी कोणते दुय्यम रेफ्रिजरंट आहे

1) समुद्र

२) अमोनिया

3) फ्रीॉन

4) मिथाइल क्लोराईड

Q 76) Freon-12 चे रासायनिक सूत्र _______________ आहे.

1) CCl2F2

2) CF2

3) CCl2

4) CCl4

प्र 77) मिथेन (CH4) साठी रेफ्रिजरंट चिन्ह ______________ आहे

1) R-50

2) आर-14

3) आर-11

4) आर-240

Q 78) ____________ हा गोठविरोधक पदार्थ नाही. ______________

1) मिथिलीनक्लोराईड

२) मिथाइल अल्कोहोल

3) इथिलीन ग्लायकोल

4) ग्लिसरीन

प्र 79) रेफ्रिजरेशनमध्ये वापरल्या जाणाऱ्या यापैकी कोणत्या थर्मल इन्सुलेशनची घनता सर्वाधिक आहे

1) कॅल्शियमसिलिकेट

२) कापूस

3) दाणेदार

4) लोकर

Q 80) ____________ हे डक्ट सिस्टीममधील हवेच्या दिशेने मार्गदर्शन करण्यासाठी डिझाइन केलेले आउटलेट ग्रिल आहे.

1) डिफ्यूझर

२) इजेक्टर

3) नोंदणी करा

4) कनवर्टर

Q 81) ऑटोमोटिव्ह वाहनांमध्ये वापरले जाणारे मुक्त चाक ____________ म्हणून देखील ओळखले जाते

1) ओव्हररनिंगक्लच

2) रनिंग क्लथ अंतर्गत

3) चुंबकीय क्लच

4) स्वयंचलित क्लच

Q 82) कार AC मध्ये, कंप्रेसर __________ शी जोडलेला असतो.

1) इंजिन

२) क्लच

3) चेसिस

4) चाके

Q 83) जर स्प्लिट एसी अपुरी हवा थंड करत असेल तर दिलेल्यापैकी कोणते कारण शक्य आहे?

1) एअरफिल्टरगलिच्छआहे

2) टाइमर सेटिंग बदलली आहे

3) मुख्य पुरवठा सदोष आहे

4) बाह्य तापमान कमी आहे

Q 84) __________ एअर कंडिशनिंग सिस्टममध्ये दाब आणि व्हॅक्यूम मोजतो.

1) कंपाऊंडगेज

2) व्हॅक्यूम गेज

3) टॅकोमीटर

4) दाब मापक

Q 85) विंडो एअर कंडिशनरमध्ये, _________ बाष्पीभवक वापरला जातो.

1) पंखप्रकार

2) कॉइल प्रकार

3) सर्पिल

4) डक्ट-प्रकार

प्र 86) रेफ्रिजरेशन सिस्टीमच्या कॉम्प्रेसरमध्ये नुकसान झाल्यास आणि ड्रायर इत्यादीमध्ये अडथळा आल्यास, __________ केले जाते.

1) रेट्रोफिटिंग

२) सक्शन

3) इन्सुलेशन

4) विस्तार

Q 87) यापैकी कोणते प्रमाण आर्द्र तापमान आणि वास्तविक द्रव शीतक तापमान यांच्यातील फरक आहे

1) उप-कूलिंग

2) सुपरहिटिंग

3) बाष्पीभवन

4) संक्षेपण

Q 88) विस्तार झडप बाष्पीभवकातील ____________________ नियंत्रित करते.

1) रेफ्रिजरंटचेप्रमाण

2) प्रणालीचे तापमान

३) रेफ्रिजरंटचे तापमान

4) प्रणालीचा दाब

प्र ८९) स्क्रू कंप्रेसरचा जो भाग रोटरला जोडलेला असतो त्याला __________ म्हणतात.

1) गृहनिर्माण

२) चालक

3) डिस्चार्ज पोर्ट

4) आवरण

प्र 90) कंप्रेसरमध्ये दाब कमी झाल्यावर व्हॉल्यूमेट्रिक कार्यक्षमतेचे काय होते

1) तेवाढते

२) ते कमी होते

3) ते अपरिवर्तित राहते

4) ते वाढू किंवा कमी होऊ शकते

प्र 91) कमर्शियल कॉम्प्रेसरचे ऍप्लिकेशन काय आहेत 1. वॉटर कूलर 2. कोल्ड स्टोरेज 3. आइस क्यूब मशीन वरीलपैकी कोणते पर्याय बरोबर आहेत?

१) १,२,३

२) २,३

3) 1,3

4) 1,2

प्र 92) कंप्रेसरमध्ये अडकलेला दोष म्हणजे ______________.

1) कंप्रेसरघट्टकामकरतआहे

२) कंप्रेसर आवाज करत आहे

3) कंप्रेसरमध्ये घर्षण आहे

4) कंप्रेसर सुरू होत नाही

प्र 93) बंद कुलिंग टॉवरमध्ये नैसर्गिक हवा प्रवेश करण्यासाठी खालीलपैकी कोणता वापरला जातो

1) पंखा

२) ब्लोअर _

3) कूलर

4) एअर कंडिशनर

प्र 94) हवेचा प्रवाह नियंत्रित करण्यासाठी ____________ हे नैसर्गिक ड्राफ्ट कुलिंग टॉवरमध्ये जोडलेले आहेत.

1) लुव्रेस

2) फवारणी नोजल

3) शीर्षलेख

4) झडपा

प्र 95) यांत्रिक मसुदा कूलिंग टॉवर्सच्या संचालन खर्चाची तुलना नैसर्गिक मसुद्याशी केली जाते___

1) उच्च

2) कमी

3) समान

4) अतुलनीय

प्र 96) ओल्या बल्बचे तापमान कूलिंग टॉवरची क्षमता ______________ असते.

1) व्यस्तप्रमाणात

2) थेट प्रमाणात

3) च्या वर्गाच्या व्यस्त प्रमाणात

4) च्या वर्गाच्या थेट प्रमाणात

प्र 97) गाळ सहसा _____________ मुळे तयार होतो.

1) कॅल्शियमक्लोराईड

२) झिंक क्लोराईड

3) हायड्रोक्लोरिक ॲसिड

4) सल्फ्यूरिक ॲसिड

प्र 98) यापैकी कोणते स्केल तयार करण्यासाठी दिलेली बाह्य उपचार नाही

1) <u>कोलाइडउपचार</u>

2) आयन एक्सचेंज प्रक्रिया

3) झिओलाइट प्रक्रिया

4) सोडा चुना प्रक्रिया

प्र 99) पाण्याच्या इलेक्ट्रिक ट्रीटमेंटमध्ये, स्केल तयार करण्याची प्रक्रिया रोखण्यासाठी ______________ बाष्पांनी भरलेले सीलबंद काचेचे बल्ब सिस्टममध्ये ठेवले जातात.

2) <u>सोडियम</u>

3) हेलियम

4) आर्गॉन

प्र 101) वाल्व्हद्वारे पार केलेल्या रेफ्रिजरंटचे प्रमाण ____________ बाष्पीभवकाद्वारे वाष्पयुक्त रेफ्रिजरंटचे प्रमाण आहे.

1) <u>समान</u>

२) अर्धा

3) एक चतुर्थांश

4) दुप्पट

Q 102) ______________ चा वापर पूरग्रस्त बाष्पीभवनामध्ये विस्तार झडप म्हणून केला जातो.

1) <u>फ्लोटवाल्व</u>

2) थर्मोस्टॅटिक वाल्व

3) केशिका नलिका

4) ओरिफिस कंट्रोल व्हॉल्व्ह

प्र 103) ब्राइन चिलर हे वाष्प कम्प्रेशन रेफ्रिजरेशन सिस्टमच्या __________ सारखे असते.

1) <u>बाष्पीभवक</u>

2) कंडेनसर

3) कंप्रेसर

4) केशिका नलिका

Q 104) कंडेनसर क्षमता _________ मध्ये मोजली जाते

1) <u>kW</u>

2) केव्ही

3) kVA

4) kA

Q 105) कंडेन्सरची क्षमता ____________________ चे कार्य नाही

1) <u>रेफ्रिजरंटचेप्रमाण</u>

2) कंडेनसरचे पृष्ठभाग क्षेत्र

3) एकूण उष्णता हस्तांतरण गुणांक

4) रेफ्रिजरंट आणि कंडेन्सर माध्यमातील तापमानातील फरक

Q 106) बाष्पीभवन कंडेन्सरमध्ये थंड करण्याचे माध्यम ____________ आहे

1) <u>हवाआणिपाणीदोन्ही</u>

२) समुद्र

3) फक्त हवा

4) फक्त पाणी

Q 107) ओल्या बल्बचे तापमान ______________ चे मोजमाप आहे.

1) <u>परिपूर्णआर्द्रता</u>

2) संपूर्ण दबाव

3) सापेक्ष आर्द्रता

4) विशिष्ट उष्णता

प्र 108) ज्या तापमानात हवेतील आर्द्रता घनीभूत होऊ लागते त्याला ____________ म्हणतात.

1) <u>दवबिंदूतापमान</u>

2) ओले बल्ब तापमान

3) कोरड्या बल्बचे तापमान

4) दवबिंदू उदासीनता

प्र 109) घर्षण पद्धतीचा वापर करून कार्यक्षम डक्ट मिळविण्यासाठी ______________ डक्ट सिस्टमचा वापर केला जातो.

1) <u>आयताकृती</u>

2) चौरस

3) परिपत्रक

4) त्रिकोणी

Q 110) मोठ्या कार्यालयांमध्ये ____________ प्रकार वितरण वापरून डक्टिंग केले जाते.

1) <u>सीलिंगपॅनेल</u>

२) ऊर्ध्वगामी

3) पॅन

4) भिंत

Q 111) कंडेन्सर युनिटच्या अयोग्य कामासाठी यापैकी कोणते संभाव्य कारण नाही

1) <u>तापमानसेटकेलेलेनाही</u>

२) कंडेनसर गलिच्छ झाले आहे

3) हवा वाहत नाही

4) स्प्रे नोजल बंद आहे

Q 112) दोन डक्ट रेषा काटकोनात जोडण्यासाठी वापरल्या जाणाऱ्या डक्टचा भाग ____________ म्हणतात.

1) स्टॅककोपर

2) आउटलेट पोर्ट

3) डक्ट जॉइंट

4) टी जॉइंट

प्र 113) थेट विस्तार प्रणालीमध्ये, यापैकी कोणते प्लांट रूममध्ये आढळतात

2) एअरफिल्टर

3) बाष्पीभवक

4) रिटर्न एअर डक्ट

Q 114) ____________ हे एक साधन आहे ज्याद्वारे थंड, स्वच्छ आणि दमट हवा मिळू शकते.

1) एअरवॉशर

2) फॅन कॉइल

3) रिलीफ व्हॉल्व्ह

4) स्प्रे नोजल

प्र 115) ____________ हे इलेक्ट्रोमेकॅनिकल कंट्रोल्सच्या वापरासाठी सर्किटमध्ये स्थापित केले आहे.

1) रिले

२) मेगर

3) सर्किट ब्रेकर

4) फ्यूज

Q 116) H म्हणजे HVAC सिस्टीममध्ये ________.

1) गरमकरणे

2) उपचार

3) होनिंग

4) भारी

Q 117) ______________ कॉइल HVAC प्रणालीमध्ये बसवले आहे.

1) गरमआणिथंडदोन्ही

2) फक्त गरम करणे

3) फक्त थंड करणे

4) संक्षेपण

Q 118) कार AC मध्ये ______________ जवळ कंडेन्सर बसवले जाते

1) रेडिएटर

2) मागील चाक

3) क्रँककेस

4) चुंबकीय क्लच

Q 119) कार AC ________________ वर चालत असताना जास्तीत जास्त कार्यक्षमतेने चालते

1) उच्चगती

२) शून्य गती

3) कमी वेग

4) शून्य भार

Q 120) ______________ करण्यासाठी, कार एसी सिस्टीममध्ये रंग जोडला जातो. ______________

1) गॅसगळतीओळखा

2) इंजिन वंगण घालणे

3) कार्यक्षमता वाढवा

4) वेग वाढवा

Q 121) खालीलपैकी कोणता AC प्लांटमधील उष्णतेच्या भाराच्या मोजणीवर परिणाम करत नाही

1) बाह्यतापमान

2) सापेक्ष आर्द्रता

३) दवबिंदू_

4) ओलावा

Q 122) कंडेन्सरमध्ये ____________________ पाण्याची आवश्यक पातळी राखते.

1) फ्लोस्विच

2) ओव्हरलोड सर्किट

3) कट-आउट स्विच -

4) गाळणे

प्र 123) सेंट्रल एसी प्लांटमध्ये पंखे आणि ब्लोअर्सचा वापर ______________ आहे

1) हवेचेअभिसरण

2) गरम करणे

3) थंड करणे

4) थंड करणे

Q 124) उन्हाळ्यात वातानुकूलित हवेचे स्वरूप ____________ असते.

1) गरम आणि आर्द्रता

2) गरम आणि निर्जंतुकीकरण

3) थंड आणि आर्द्रता

4) थंडआणिआर्द्रीकृत

Q 125) जर डीप फ्रीझर पुरेसा थंडावा देत नसेल, तर ते ______________ मुळे असावे.

1) दरवाजासततउघडणे

२) वीजपुरवठा नाही

3) उच्च बाह्य दाब

4) उच्च बाह्य तापमान

Q 126) यापैकी कोणता आइस्क्रीम प्लांटचा भाग नाही

1) बर्फाचाडबा

२) हीट एक्सचेंजर

3) पाश्चरायझर

4) Homogenizer

Q 127) ______________ चालू केल्यावर जास्त थंडीमुळे निर्माण झालेला बर्फ वितळू लागतो

1) डीफ्रॉस्टस्विच

2) ओव्हरलोड रिले

3) फ्लो स्विच

4) थर्मोस्टॅट

Q 128) गाजर 3 महिने ___________ तापमानात साठवले जाऊ शकते

१) २°से

२) ८°से

३) ५°से

4) 10 ° से

Q 129) शीतगृह क्षमतेचे एकक ______ आहे.

1) टन

2) किलोग्रॅम

3) घनमीटर

4) डिग्री केल्विन

.

मासिक चाचणी-1, गुण- 20, तारीखः- _______________

(प्रत्येक प्रश्नाला दोन गुण असतात)

1] कार्यशाळा सुरक्षा कोणती आहे?

अ] दुकानातील मजला स्वच्छ आणि ग्रीस, तेल किंवा इतर निसरड्या पदार्थांपासून मुक्त ठेवा

ब] वेग बदलण्यापूर्वी मशीन थांबवा

C] फटाके किंवा चिरलेली साधने वापरू नका

ड] धावणारे मशीन हाताने थांबवण्याचा प्रयत्न करू नका

२] पर्सनल प्रोटेक्ट इक्विपमेंटमध्ये (पीपीई] हेल्मेट वापरले जाते

अ] डोके संरक्षित करा

ब] डोळ्यांचे रक्षण करा

क] हातांचे संरक्षण करा

ड] कानांचे रक्षण करा

3] खालीलपैकी कोणते सामान्य सुरक्षिततेशी संबंधित आहे?

A चांगल्या वृत्तीचा कार्यकर्ता ठेवा

ब] काम स्वच्छ आणि स्पष्ट

क] आपल्या कामावर लक्ष केंद्रित करा

ड] मजला आणि गँगवे स्वच्छ आणि स्वच्छ ठेवा

4] दळताना डोळ्यांच्या संरक्षणासाठी कोणता वापर केला जातो?

अ] गडद हिरवा काच

ब] मुखवटा

क] सूर्याचा चष्मा

ड] सुरक्षा गॉगल

5] खालीलपैकी कोणते मशीन सुरक्षिततेसाठी केले जाते?

अ] मशीन सुरू करण्यापूर्वी तेलाची पातळी तपासा

ब] पद्धतशीर पद्धतीने कामे करा

क] फरशी आणि गँगवे स्वच्छ आणि स्वच्छ ठेवा

ड] डाय आणि स्कार्फ वापरू नका

6] ln पर्सनल प्रोटेक्ट इक्विपमेंट (PPE], 'स्लीव्हज'चा वापर संरक्षणासाठी केला जातो ----------

चेहरा

ब] डोळे

क] कान

ड] हात

7] ABC म्हणजे --------------

अ] स्वयंचलित श्वास नियंत्रण

ब] स्वयंचलित रक्त नियंत्रण

क] वायुमार्गातील श्वासोच्छ्वासाचे अभिसरण

ड] स्वयंचलित रक्त परिसंचरण

9] “वर्ग ब” आग विझवण्यासाठी अग्निशामक यंत्राचे प्रकार वापरले जातात ....

अ] कोरडी शक्ती

ब] कार्बन डायऑक्साइड

क] पाण्याचा जेट

ड] फोम प्रकार

10] सामान्य आग विझवण्यासाठी कोणत्या प्रकारचे अग्निशामक यंत्र वापरले जाते?

अ] पाण्याचे प्रकार विझविण्याचे यंत्र

ब] फोम प्रकार एक्टिंग्विशर

क] कोरडी रासायनिक पावडर एक्टिंग्विशर

D] कार्बन डायऑक्साइड (C02] एक्टिंग्विशर

11] रक्तस्त्राव झाल्यास उपचार घ्या

डी] थंड 3" आणि विश्रांती

अ] थंड पाण्याची फवारणी करा

ब] लगेच मलमपट्टी -----.

ब] अपघात विचार उपचार बद्दल चौकशी

औद्योगिक प्रशिक्षण संस्था

मासिक चाचणी-2, गुण- 20, तारीख:- _______________

(प्रत्येक प्रश्नाला दोन गुण असतात)

20] विभाजकांचा आकार ----------- द्वारे निर्दिष्ट केला जातो.

अ] पायांची एकूण लांबी

ब] पूर्णपणे उघडल्यावर बिंदूमधील अंतर

क] बिंदू नसलेल्या पायांची लांबी

D] पिव्होट आणि बिंदूमधील अंतर

21] समांतर रेषा चिन्हांकित करण्यासाठी वापरलेले साधन आहे, डेटाम काठाच्या समांतर आहे -

अ] जेनी कॅलिपर

ब] विभाजक

क] बाहेरील कॉलीपर

ड] कॅलिपरच्या आत

22] खालीलपैकी कोणते एक अप्रत्यक्ष मोजण्याचे साधन आहे?

अ] बाहेरील कॅलिपर

ब] व्हर्नियर कॅलिपर

क] पोलादी नियम

ड] बाहेरील मायक्रोमीटर

23] पातळ नळ्या कापण्यासाठी, हॅकसॉ ब्लेडची सर्वात योग्य पिच आहे...

अ] 1.8 मिमी

ब] 1.4 मिमी

क] 1 मि.मी

ड] 0.8 मि.मी

24] ठोस पितळ कापण्यासाठी, हॅकसॉ ब्लेडची सर्वात योग्य पिच आहे...

अ] 1.8 मिमी

ब] 1.4 मिमी

क] 1 मि.मी

ड] 0.8 मि.मी

25] काही स्ट्रोक नंतर एक नवीन हॅकसॉ ब्लेड मुळे सैल होते ...

अ] ब्लेडचे ताणणे

ब] विंग-नट धागे जीर्ण होत आहेत

क] ब्लेडची चुकीची खेळपट्टी

ड] करवतीच्या संचाची अयोग्य निवड.

26] लहान व्यासाचे पाईप्स कापताना, नियमितपणे पाहणे आणि याची खात्री करणे उचित आहे ...

अ] कट वक्र रेषेच्या बाजूने आहे

ब] अधिक करवतीचे दात आकुंचन पावले आहेत

क] काम जास्त तापलेले नाही

ड] हॅकसॉचे योग्य संतुलन राखले जाते

27] व्हाइस क्लॅम्पचा वापर यासाठी केला जातो...

अ] कठीण जबड्याचे रक्षण करा

ब] कामाचे तुकडे कडकपणे घट्ट करा

क] तयार पृष्ठभाग संरक्षित करा

ड] जंगम जबडा दाखल होण्यास प्रतिबंध करा

28] चिन्हांकित करताना संदर्भ पृष्ठभाग प्रदान केला जातो ...

अ] पृष्ठभाग मापक

ब] वर्कपीस

क] कामाचे रेखाचित्र

D] मार्किंग टेबल पृष्ठभाग

29] अभियंत्याच्या वाइसचा आकार द्वारे निर्दिष्ट केला जातो ...

अ] जंगम जबड्याची लांबी

ब] जबड्याची रुंदी

क] दुर्गुणाची उंची

ड] जबडा जास्तीत जास्त उघडणे

औद्योगिक प्रशिक्षण संस्था

मासिक चाचणी-३, गुण- २०, तारीखः- _______________

(प्रत्येक प्रश्नाला दोन गुण असतात)

61] मेट्रिक मायक्रोमीटरमध्ये, थिमल ऍडव्हान्सची संपूर्ण क्रांती -----------

अ] 0.01 मिमी

ब] 0.25 मिमी

C] 0.50 मिमी

ड] 1.00 मि.मी

62] मायक्रोमीटरमधील रॅचेट स्टॉप ------------ मदत करते.

अ] दाब नियंत्रित करा

ब] स्पिंडल लॉक करा

C] शून्य त्रुटी समायोजित करा

ड] कामाचा तुकडा धरा

63] 1000 मायक्रॉन म्हणजे ------------

अ] 1 मि.मी

ब] १ मी

क] 1000 मिमी

ड] 10 सें.मी

64] मायक्रोमीटरच्या बाहेरील 50-75 मिमीचे शून्य वाचन किती आहे?

अ] 0.000 मिमी

ब] 0.01 मिमी

क] 25.00 मिमी

ड] 50.00 मिमी

65] मायक्रोमीटरच्या बाहेरील मेट्रिकच्या स्लीव्हवरील सर्वात लहान भागाचे मूल्य ----- आहे.

अ] 0.50 मिमी

ब] 1.00 मिमी

क] 1.50 मिमी

ड] 2.00 मिमी

66] मायक्रोमीटरमधील रॅचेट स्टॉप --------- मदत करते.

अ] दाब नियंत्रित करा

ब] स्पिंडल लॉक करा

C] शून्य त्रुटी समायोजित करा

ड] कामाचा तुकडा धरा

67] डेप्थ मायक्रोमीटरची किमान संख्या आहे

अ] 0.5 मिमी

ब] 0.2 मिमी

C] 0.001 मिमी

ड] 0.01 मिमी

68] व्हर्नियर कॅलिपरची सर्वात कमी संख्या आहे (मुख्य स्केल = 49 विभाग, व्हर्नियर स्केल = 50 विभाग)

अ] 0.1 मिमी

ब] 0.01 मिमी

C] 0.001 मिमी

ड] 0.02 मिमी

69] व्हर्नियर कॅलिपर वापरून केलेल्या मोजमापाचा प्रकार ------- आहे.

अ] थेट मोजमाप

ब] अप्रत्यक्ष मापन

क] ९०“] (अ] ८१ (ब]

ड] यापैकी नाही

76] टेपर शँक ड्रिल मशीनवर याद्वारे धरले जातात ...

अ] चक

ब] बाही

क] वाहून जाणे

ड] वाइस

औद्योगिक प्रशिक्षण संस्था

मासिक चाचणी-4, गुण- 20, तारीख:- ______________

(प्रत्येक प्रश्नाला दोन गुण असतात)

Q 41. इच्छित वस्तू तयार करण्यासाठी अचूक आकार आणि आकारात कापलेल्या सामग्रीला __________ म्हणतात.

अ). नमुना

ब). टेम्पलेट्स

सी). ताण देणे

डी). विकास

Q 42. ____________ हा शब्द आकारात तयार होण्यापूर्वी धातूच्या सपाट तुकड्यांच्या आकारांना सूचित करतो.

अ). ताण देणे

ब). मुक्त हात स्केच

सी). खरा आकार

डी). पृष्ठभागाचा विकास

प्रश्न 43. समांतर रेषा पद्धतीने खालीलपैकी कोणते शक्य नाही

अ). पिरॅमिड

ब). घन

सी). प्रिझम

डी). सिलेंडर

Q 44. खालीलपैकी कोणती पध्दत वस्तूच्या पृष्ठभागाला रेलिंगमध्ये विभाजित करण्याची पद्धत आहे

अ). त्रिकोणी पद्धत

ब). भौमितिक बांधकाम पद्धती

सी). समांतर रेषा पद्धत

डी). रेडियल लाइन पद्धत

Q 45. कोणत्या प्रकारच्या पंचांमध्ये पोकळ क्रॉस-सेक्शन आहे

अ). पोकळ ठोसा

ब). ठोस ठोसा

सी). क्रमांक पंच

डी). पत्र पंच

Q 46. जड संरचनात्मक कामात कोणत्या प्रकारचा रिवेट वापरला जातो

अ). पॅन हेड रिव्हेट

ब). स्नॅप हेड रिव्हेट

सी). काउंटर बुडलेली रिवेट

डी). शंकूच्या आकाराचे डोके रिव्हेट

Q 47. आकृतीमध्ये दर्शविल्याप्रमाणे रिव्हेट ओळखा

अ). पॅन डोके

ब). काउंटरस्कंक डोके

सी). स्नॅप डोके

डी). अळंबीचा वरचा भाग

Q 48. सरकारी क्लिपला कधीकधी __________ असेही म्हणतात

अ). कप किंवा पॉकेट क्लिप

ब). नेलिंग क्लिप

सी). ड्राइव्ह क्लिप

डी). एस-क्लिप

Q 49. कोणत्या क्लिपचा वापर सामान्यतः नलिकांवर क्रॉस सीम जोडण्यासाठी केला जातो

अ). ड्राइव्ह क्लिप

ब). एस-क्लिप

सी). सरकारी क्लिप

डी). नेलिंग क्लिप

प्रश्न 50. खालीलपैकी कोणते सोल्डर तांबे, कथील, चांदी, जस्त, कॅडमियम आणि फॉस्फरस यांचे मिश्रधातू आहे

अ). हार्ड सोल्डर

ब). मऊ सोल्डर

सी). मध्यम सोल्डर

डी). झिंक सोल्डर

औद्योगिक प्रशिक्षण संस्था

मासिक चाचणी-5, गुण- 20, तारीखः- ______________

(प्रत्येक प्रश्नाला दोन गुण असतात)

100] कंडक्टरमध्ये विकसित होणारी उष्णता याच्या प्रमाणात असते...

अ] शक्तीचा वर्ग

ब] प्रतिकाराचा चौरस

C] प्रवाहाचा वर्ग

ड] वेळेचा वर्ग

101] खाली दिलेल्या चार धातू/मिश्रधातूंपैकी, तापमान बदलासाठी प्रतिकारशक्तीमध्ये जवळजवळ कोणताही बदल होत नाही...

अ] निकेल

ब] निक्रोम

क] प्लॅटिनम

ड] मँगॅनिन

102] चुंबकाने किंचित मागे टाकलेल्या पदार्थाला म्हणतात ...

अ] चुंबकीय

ब] पॅरामॅग्नेटिक

क] डायमॅग्नेटिक

ड] फेरोमॅग्नेटिक

103] ज्या सामग्रीचे चुंबकीकरण अगदी थोडेसे केले जाऊ शकते त्याला म्हणतात...

अ] चुंबकीय

ब] पॅरामॅग्नेटिक

क] डायमॅग्नेटिक

ड] फेरोमॅग्नेटिक

104] सहज चुंबकीकरण करून अतिशय मजबूत चुंबक बनविणाऱ्या पदार्थांना...

अ] फेरोमॅग्नेटिक

ब] डायमॅग्नेटिक

क] पॅरामॅग्नेटिक

ड] कायम चुंबकीय

105] उच्च धारणाक्षमता असलेला पदार्थ उत्पादनासाठी वापरला जाऊ शकतो ...

अ] इलेक्ट्रोमॅग्नेट्स

ब] कायम चुंबक

C] तात्पुरते चुंबक

ड] परमचुंबक

106] कमी धारणक्षमता असलेला पदार्थ उत्पादनासाठी वापरला जाऊ शकतो ...

अ] इलेक्ट्रोमॅग्नेट्स

ब] कायम चुंबक

क] बार चुंबक

ड] परमचुंबक

107] इंडक्टन्सचे चिन्ह आहे ...

अ] एच

ब] मी

क] एल

ड] एक्स

108] ट्यूब लॅम्प चोक हे याचे उत्तम उदाहरण आहे...

अ] ओपन सर्किट केलेले

ब] शॉर्ट सर्किट झाले

क] ग्राउंड केलेले

D] तटस्थ रेषेशी जोडलेले

109] ट्यूब लाईट सर्किटमध्ये चोकचे प्रारंभिक कार्य म्हणजे...

अ] प्रारंभ करंट मर्यादित करा

ब] उच्च व्होल्टेज प्रेरित करा

C] फिलामेंट गरम करा

D] सुरू केल्यानंतर विद्युत् प्रवाह मर्यादित करा

औद्योगिक प्रशिक्षण संस्था

मासिक चाचणी-6, गुण- 20, तारीखः- _______________

(प्रत्येक प्रश्नाला दोन गुण असतात)

121] एक कॅपेसिटर 200 व्होल्ट एसी लाईनवर जोडलेला असतो, त्याची किमान व्होल्टेज रेटिंग असावी...

अ] 100 व्होल्ट

ब] 200 व्होल्ट

C] 300 व्होल्ट

ड] 400 व्होल्ट

122] ओममीटरने कॅपेसिटरची चाचणी करताना, मीटर काही प्रतिकार दर्शवतो] चाचणी अंतर्गत कॅपेसिटर आहे...

अ] गळती

ब] उघडा

क] चांगले

ड] लहान

123] 80 मायक्रो फॅराड कॅपेसिटरसह मालिकेत जोडलेल्या 40 मायक्रो फॅराड कॅपेसिटरची एकूण कॅपेसिटन्स आहे...

अ] 26.7 मायक्रो फॅराड

ब] 40 मायक्रो फॅराड

C] 60.6 मायक्रो फॅराड

ड] 120 मायक्रो फॅरड

124] 3 मायक्रो फॅराड कॅपेसिटरपैकी 3 नग मधून 1 मायक्रो फॅराड कॅपेसिटर मिळविण्यासाठी आपल्याला कनेक्ट करावे लागेल ...

अ] सर्व समांतर

ब] सर्व मालिका

C] 2 मालिका आणि एक समांतर

D] वरीलपैकी काहीही नाही

125] R आणि C असलेल्या AC मालिकेतील सर्किटमध्ये कॅपेसिटरमधून वाहणारा विद्युतप्रवाह असेल...

अ] व्होल्टेज मागे पडणे

ब] व्होल्टेज अग्रगण्य

सी] व्होल्टेजसह टप्प्यात

D] वरीलपैकी काहीही नाही

126] आरसी सिरीज सर्किटमध्ये पुरवठ्याची वारंवारता वाढल्यास कॅपेसिटिव्ह रिऍक्टन्स असेल

अ] कमी केले

ब] वाढले

क] कोणताही परिणाम होत नाही

D] वरीलपैकी काहीही नाही

127] पॉवर कंपन्यांना पॉवर फॅक्टरमध्ये सुधारणा करण्यात रस आहे

अ] रेषा प्रवाह कमी करा

ब] मोटर कार्यक्षमता वाढवा

C] व्होल्ट-अँपिअर वाढवा

ड] शक्ती कमी करणे

128] कॅपेसिटर AC मोटर लोडचे पॉवर फॅक्टर मूल्य वाढवते जेव्हा ते जोडलेले असते...

अ] मोटरसह मालिकेत

ब] स्टार्टरसह मालिकेत

C] मोटरच्या समांतर

डी] मुख्य वळण असलेल्या मालिकेत

129] सामान्यतः, इनॅन्डेन्सेंट लाइटिंग सर्किटचा पॉवर फॅक्टर असतो..

अ] ०

ब] ०.५

क] ०.७०७

ड] १.०

130] जेव्हा आरएलसी मालिका सर्किटमध्ये विद्युतप्रवाह निश्चित करण्यासाठी एकट्या प्रतिकाराचा वापर केला जातो, तेव्हा सर्किट...

अ] एक प्रेरक सर्किट

ब] एक कॅपेसिटिव्ह सर्किट

क] एक संयोजन सर्किट

डी] एक रेझोनंट सर्किट

औद्योगिक प्रशिक्षण संस्था

मासिक चाचणी-7, गुण- 20, तारीखः- _______________

(प्रत्येक प्रश्नाला दोन गुण असतात)

150] 3-फेज, 3 वायर सिस्टममध्ये 3-हॅस पॉवर मोजण्यासाठी दोन वॅटमीटर वापरले जाऊ शकतात ...

अ] संतुलित भार

ब] असंतुलित भार

C] संतुलित तसेच असंतुलित भार

ड] संतुलित भार बाहेर

151] जेव्हा लोड असेल तेव्हाच 3-फेज सिस्टीममध्ये वीज मोजण्यासाठी एकल वॉटमीटरचा वापर केला जाऊ शकतो.

अ] संतुलित

ब] असंतुलित

C] संतुलित तसेच असंतुलित भार

ड] स्थिर

152] सूचक साधनामध्ये पॉइंटरची हालचाल निर्माण करणारे बल म्हणतात...

अ] विक्षेपण शक्ती

ब] नियंत्रण शक्ती

क] ओलसर बल

ड] विचलित करणारी शक्ती

153] कायम चुंबक हलवणारे कॉइल इन्स्ट्रुमेंट वाचेल...

अ] फक्त एसी परिमाण

ब] फक्त DC प्रमाण

C] AC आणि DC दोन्ही प्रमाण

ड] धडधडणारे प्रमाण

154] गुरुत्वाकर्षण नियंत्रण वापरणारे साधन.. मध्ये वापरले तर ते बरोबर वाचेल.

अ] फक्त उभ्या स्थितीत

ब] फक्त क्षैतिज स्थिती

C] फक्त झुकलेली स्थिती

ड] कोणतेही पद

155] कायमस्वरूपी चुंबक हलवणाऱ्या कॉइल इन्स्ट्रुमेंटमध्ये खालीलपैकी कोणती ओलसर पद्धत वापरली जाते?

अ] हवा ओलावणे

ब] द्रवपदार्थ ओलावणे

क] स्प्रिंग ओलसर

ड] एडी करंट डॅम्पिंग

156] मूव्हिंग कॉइल इन्स्ट्रुमेंट ... च्या प्रभावावर कार्य करते.

अ] रासायनिक प्रभाव

ब] हीटिंग इफेक्ट

सी] इलेक्ट्रोस्टॅटिक प्रभाव

ड] इलेक्ट्रोमॅग्नेटिक प्रभाव

157] विद्युत उर्जा मोजण्यासाठी तुमच्या घरी बसवलेले मीटर हे याचे उदाहरण आहे...

अ] संकेत प्रकार साधन

ब] रेकॉर्डिंग प्रकार साधन

C] सूचित करणारे तसेच रेकॉर्डिंग प्रकाराचे साधन

ड] इंटिग्रेटिंग टाईप इन्स्ट्रुमेंट

158]. कायम चुंबकासाठी खालीलपैकी कोणत्या साहित्याला प्राधान्य दिले जाते?

अ] अल्निको

ब] य-मिश्रधातू

C] सिलिकॉन स्टील

1. ट्रान्झिस्टरमध्ये .... असतो

अ] एक pn जंक्शन

ब] दोन pn जंक्शन

C] तीन pn जंक्शन

ड] चार pn जंक्शन

औद्योगिक प्रशिक्षण संस्था

मासिक चाचणी-8, गुण- 20, तारीखः- ________________

(प्रत्येक प्रश्नाला दोन गुण असतात)

40] डाव्या बाजूच्या वेल्डिंग तंत्रात वेल्डच्या रेषेपर्यंतच्या पाईपचा कोन...

अ] 40 ते 50◦

ब] 50 ते 60◦

क] 60 ते 70◦

ड] 70 ते 80◦

41] 10mm MS प्लेट गॅस कापण्यासाठी ॲसिटिलीन वायूचा दाब...

A] 0.15 kgf/cm2

B] 0.5 kgf/cm2

C] 1.0 kgf/cm2

D] 1.5 kgf/cm2

42] 10 मिमी जाड सौम्य स्टील कापण्यासाठी तुम्ही कोणत्या आकाराच्या कटिंग नोजलची निवड कराल?

अ] 0.8 मिमी

ब] 1.2 मिमी

क] 1.6 मिमी

ड] 2.0 मिमी

43] उजवीकडील वेल्डिंग तंत्राच्या बाबतीत फिलर रॉडचा कोन आहे...

अ] 10 ते 20◦

ब] 20 ते 30◦

क] 30 ते 40◦

ड] 40 ते 50◦

44] गॅस वेल्डिंगच्या उच्च दाब प्रणालीचा एक फायदा म्हणजे...

अ] ते स्वस्त आहे

ब] ते पोर्टेबल आहे

क] ते कमी धोकादायक आहे

ड] यासाठी कुशल वेल्डरची आवश्यकता नाही

45] एमएस शीट्सचे सोल्डरिंग तापमानात होते...

अ] 150◦C

ब] 250◦C

C] 400◦C

ड] 850◦C

46] फोर्ज वेल्डिंग असे वर्गीकृत केले आहे ...

अ] दाबाशिवाय फ्यूजन वेल्डिंग

ब] दाबासह फ्यूजन वेल्डिंग

C] दबावाशिवाय नॉन-फ्यूजन वेल्डिंग

D] दबावासह नो-फ्यूजन वेल्डिंग

47] गॅस रेग्युलेटरचे कार्य आहे...

अ] विविध प्रकारच्या ज्वाला मिळवा

ब] वायू आवश्यक प्रमाणात मिसळा

C] ब्लो पाईपमध्ये वाहणाऱ्या वायूचे प्रमाण बदला

डी] कामाचा दबाव सेट करा

48] लॅप फिलेट जॉइंटला उभ्या स्थितीत वायूद्वारे वेल्डिंगसाठी वेल्डच्या रेषेला खालील पाईपचा कोन किती असावा?

अ] 30◦ ते 40◦

ब] 45◦ ते 50◦

क] 60◦ ते 70◦

ड] 75◦ ते 80◦

49] दोषाचे नाव सांगा, ज्यामध्ये वेल्ड मेटल बेस मेटलच्या पृष्ठभागावर फ्यूज न करता वाहते.

अ] खड्डा

ब] ओव्हरलॅप

क] संलयनाचा अभाव

ड] जास्त बहिर्वक्रता

औद्योगिक प्रशिक्षण संस्था

मासिक चाचणी-9, गुण- 20, तारीखः- ______________

(प्रत्येक प्रश्नाला दोन गुण असतात)

71] बट जॉइंट म्हणून 2 मिमी जाड स्टेनलेस स्टील शीट वेल्डिंगसाठी वापरल्या जाणाऱ्या नोजलचा आकार...

अ] २

ब] ३

क] ५

ड] ७

72] ॲल्युमिनियमच्या गॅस वेल्डिंगसाठी प्रीहिटिंग तापमानाचे मूल्य काय आहे?

A] 100 ते 120◦C

ब] 150 ते 180◦C

C] 180 ते 200◦C

ड] 210 ते 250◦C

73] सोल्डरिंग ऑपरेशनमध्ये बेस मेटल...

अ] गरम होत नाही

ब] 200◦C पर्यंत गरम केले जाते

C] 650◦C पर्यंत गरम

डी] लाल गरम स्थितीत गरम

74] भिन्न धातूंच्या वेल्डिंगसाठी, दोन्ही धातूंच्या खालील गुणधर्मांमध्ये विस्तृत फरक नसावा

अ] लवचिकता

ब] तन्य शक्ती

क] थर्मल विस्तार

ड] प्रतिरोधक पोशाख

75] MS] शीट्सच्या ब्रेझिंगसाठी वापरल्या जाणाऱ्या फ्लक्सचे नाव सांगा

अ] हायड्रोक्लोरिक आम्ल

ब] झिंक क्लोराईड

क] उंच राळ

ड] बोरॅक्स

76] प्रोग्रेसिव्ह गॉगिंगमध्ये 30◦ च्या सुरुवातीच्या कोनातून गॉगिंग टॉर्चचा कोन कोणत्या कोनात कमी केला जातो?

अ] 20 ते 25◦

ब] 15 ते 20◦

क] 10 ते 15◦

ड] 5 ते 10◦

77] थर्मिट वेल्डिंगमध्ये वापरल्या जाणाऱ्या थर्मिट मिश्रणाला सुरुवातीच्या तापमानात प्रज्वलित केले जाऊ शकते.

A] 1500◦C

ब] 1200◦C

C] 1000◦C

ड] 500◦C

78] शील्डेड मेटल आर्क वेल्डिंगचे वर्गीकरण प्रक्रिया अंतर्गत केले जाते ...

अ] इलेक्ट्रिक रेझिस्टन्स वेल्डिंग

ब] विशेष वेल्डिंग

क] इलेक्ट्रिक आर्क वेल्डिंग

ड] इलेक्ट्रो गॅस वेल्डिंग

79] इलेक्ट्रोड होल्डरचा आकार कसा सांगायचा?

अ] त्याच्या वजनाने

ब] त्याच्या आकारानुसार

C] त्याच्या वर्तमान वहन क्षमतेनुसार

ड] ते तयार करण्यासाठी वापरल्या जाणार्या धातूद्वारे

80] 3.15 मिमी मध्यम लेपित सौम्य स्टील इलेक्ट्रोडसाठी वर्तमान संच आहे...

A] 50 ते 80 amp

ब] 90 ते 120 amp

C] 120 ते 150 amp

ड] 150 ते 170 amp

औद्योगिक प्रशिक्षण संस्था

मासिक चाचणी-10, गुण- 20, तारीख:- _______________

(प्रत्येक प्रश्नाला दोन गुण असतात)

Q 2) स्थिर दाबावर, वायूच्या तापमानाप्रमाणे आवाज बदलतो. हे विधान आहे......

1) बॉयलचा कायदा

२) चार्ल्स लॉ

3) जौल-थॉम्पसन प्रभाव

4) डाल्टनचा कायदा

प्र 3) एक टन रेफ्रिजरेशन = ...

1) 45.5 kcal मि.

2) 50.4 kcal मि.

3) 44.5 kcal मि.

4) 66.5 kcal मि

Q 4) पदार्थाच्या एकक वस्तुमानाचे तापमान 1 अंश सेल्सिअस पर्यंत वाढवण्यासाठी लागणाऱ्या उष्णतेचे प्रमाण.... म्हणतात.

1) विशिष्ट उष्णता

2) संवेदनशील उष्णता

3) सुप्त उष्णता

4) सुपरहिट

Q 5) हवेची सापेक्ष आर्द्रता 100% असल्यास, बाष्पीभवनाचा दर ..... असेल.

1) उच्च

२) मध्यम

3) कमी

4) शून्य

प्र 6) केशिका नळी हे एक उपकरण आहे जे ....

1) रेफ्रिजरंटद्वारे वाहून नेलेली उष्णता काढून टाकते

२) रेफ्रिजरंटला मीटर

3) अतिरिक्त द्रव रेफ्रिजरंटसाठी जलाशय म्हणून कार्य करते

४) रेफ्रिजरंट पंप करते

प्र 7) रेफ्रिजरेशन सिस्टमचे हृदय .... आहे.

1) लिक्विड रिसीव्हर

2) थर्मोस्टॅट

3) कंप्रेसर

4) बाष्पीभवक

प्र 8) लिक्विड रेफ्रिजरंटमधील आर्द्रता काढून टाकण्यासाठी वापरल्या जाणाऱ्या ड्रायरला ...... चार्ज केले जाते.

1) सिलिका जेल

2) कॅल्शियम कार्बाइड

3) क्ले शोषक

4) इथिलीन शोषक

प्र 9) यापैकी कोणता समुद्र नाही

1) सोडियम क्लोराईड

2) कॅल्शियम क्लोराईड

3) इथिलीन ग्लायकोल

4) वरीलपैकी काहीही नाही

प्र 10) मायक्रोमीटरमध्ये 0.02 मिमीची सकारात्मक त्रुटी आहे. जर ते 25.41 मिमी वाचत असेल, तर बरोबर वाचन आहे .....

1) 25.39 मिमी

2) 25.37 मिमी

3) 25.43 मिमी

4) 25.45 मिमी

Q 12) शीट मेटलची जाडी .... नावाच्या संख्यांच्या मालिकेद्वारे दर्शविली जाते.

1) मानक आकार

2) संख्या आकार

3) गेज

4) सामान्य आकार

औद्योगिक प्रशिक्षण संस्था

मासिक चाचणी-11, गुण- 20, तारीखः- ________________

(प्रत्येक प्रश्नाला दोन गुण असतात)

प्र 10) मायक्रोमीटरमध्ये 0.02 मिमीची सकारात्मक त्रुटी आहे. जर ते 25.41 मिमी वाचत असेल, तर बरोबर वाचन आहे .....

1) 25.39 मिमी

2) 25.37 मिमी

3) 25.43 मिमी

4) 25.45 मिमी

Q 12) शीट मेटलची जाडी .... नावाच्या संख्यांच्या मालिकेद्वारे दर्शविली जाते.

1) मानक आकार

2) संख्या आकार

3) गेज

4) सामान्य आकार

प्र 13) वेल्डिंग इलेक्ट्रोड कोटिंगचे एक कार्य म्हणजे ....

1) वेल्डिंग करंट वाढवा

2) चाप स्थिर करा

3) गंजणे प्रतिबंधित करा

4) चाप तापमान नियंत्रित करा

प्रश्न 15) घरगुती रेफ्रिजरेटरचा बटर कंपार्टमेंट सामान्यतः स्थित असतो ......

1) कॅबिनेटच्या शीर्षस्थानी

2) कॅबिनेटच्या तळाशी

3) मध्यवर्ती उंचीवर

4) दारात

Q 16) बाष्पीभवनामध्ये बाष्पीभवन प्रक्रिया होते, ज्यामुळे .....

1) उष्णता जोडली जाते

२) उष्णता दूर होते

3) दाब वाढतो

4) दाब कमी होतो

प्र 17) स्निप म्हणजे ....

1) मोजण्याचे साधन

२) मार्किंग टूल

3) कापण्याचे साधन

4) सहाय्यक साधन

प्र 18) वारंवारतेचे एकक .... आहे.

1) महो

2) कुलॉम्ब

3) हर्ट्झ

4) टेस्ला

प्र 19) रेफ्रिजरेटरमध्ये वापरलेला कंप्रेसर .... आहे.

1) हर्मेटिकली सीलबंद रेसिप्रोकेटिंग कॉम्प्रेसर

2) अर्ध-हर्मेटिकली सीलबंद रेसिप्रोकेटिंग कॉम्प्रेसर

3) ओपन टाइप कॉम्प्रेसर

4) केंद्रापसारक कंप्रेसर

प्रश्न 20) घरगुती रेफ्रिजरेटर .... वर काम करतो.

1) बाष्प संक्षेप चक्र

2) बाष्प शोषण चक्र

3) ओटो सायकल

4) बाष्प संक्षेप किंवा वाष्प शोषण चक्र

प्रश्न २१) कोणते अधिक कार्यक्षम आहे - वॉटर कूल्ड किंवा एअर कूल्ड कंडेन्सर

1) हवा थंड

२) पाणी थंड झाले

3) दोन्ही समान कार्यक्षम आहेत

4) कोणतीही एक दुसऱ्यापेक्षा अधिक कार्यक्षम असू शकते

औद्योगिक प्रशिक्षण संस्था

मासिक चाचणी-12, गुण- 20, तारीखः- _______________

(प्रत्येक प्रश्नाला दोन गुण असतात)

प्र 31) पाण्याची तात्पुरती कडकपणा .... द्वारे काढून टाकली जाते.

1) फिल्टरिंग

2) उकळणे

3) रासायनिक उपचार

4) वरीलपैकी काहीही नाही

Q 32) नैसर्गिक मसुदा कुलिंग टॉवर्स प्रामुख्याने .... मध्ये वापरले जातात.

1) स्टील प्लांट

२) पॉवर स्टेशन्स

3) खत वनस्पती

4) ॲल्युमिनिअम निर्मिती संयंत्रे

Q 33) मोठ्या वस्तू काढून टाकण्यासाठी पाण्याच्या पूर्व-उपचारात काय वापरले जाते

१) बॅक्टेरिया

२) तेल आणि वंगण

3) हवा

4) स्क्रीन

प्र 34) बाष्पीभवनामध्ये रेफ्रिजरंट .... वाजता प्रवेश करतो.

1) खूप कमी दाब

२) कमी दाब

3) मध्यम दाब

4) उच्च दाब

Q 35) मोठ्या रेफ्रिजरेशन आणि सेंट्रल एअर कंडिशनिंग सिस्टममध्ये वापरल्या जाणाऱ्या बाष्पीभवनाचा प्रकार आहे

1) शेल आणि ट्यूब बाष्पीभवक

2) फिनन्ड बाष्पीभवक

3) प्लेट पृष्ठभाग बाष्पीभवक

4) बेअर ट्यूब बाष्पीभवक

प्र 36) बर्फाचे डबे उंचीने कमी का केले जातात?

१) वजन कमी करण्यासाठी

2) डंपिंगची सोय करणे
3) देखावा सुधारण्यासाठी
4) फॅब्रिकेशन सोपे करण्यासाठी
Q 37) सापेक्ष आर्द्रता मोजण्यासाठी वापरलेले साधन .... आहे.
1) बॅरोमीटर
२) सायक्रोमीटर
3) मॅनोमीटर
4) दाब मापक
Q 38) यांत्रिक रेफ्रिजरेशन युनिटच्या उच्च दाब बाजूच्या दाबाला म्हणतात
1) सक्शन प्रेशर
2) डिस्चार्ज किंवा डोके दाब
3) विभेदक दाब _
4) पूर्ण दाब _
Q 42) ड्राय बल्ब तापमान (DBT) हे .... चे वास्तविक तापमान आहे.
१) ओलसर हवा
२) कोरडी हवा
3) कोरडा बर्फ
4) संतृप्त हवा
Q 43) AHU म्हणजे ....
1) एअर हँडलिंग युनिट
2) एअर हीटिंग युनिट
3) एअर आर्द्रीकरण युनिट
4) यापैकी नाही

www.ingramcontent.com/pod-product-compliance
Ingram Content Group UK Ltd.
Pitfield, Milton Keynes, MK11 3LW, UK
UKHW021918190726
13853UKWH00002B/728

9 798887 335858